இஸ்லாமிய ஃபக்கீர்கள்

வ. ரஹ்மத்துல்லா

பரிசல்

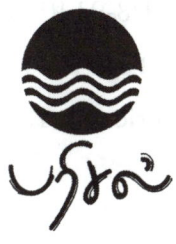

இஸ்லாமிய ஃபக்கீர்கள்
வ. ரஹ்மத்துல்லா©
பரிசல் முதல் பதிப்பு: ஆகஸ்டு 2022

வெளியீடு: பரிசல் புத்தக நிலையம்
235, P. பிளாக் MGR முதல் தெரு,
MMDA காலனி, அரும்பாக்கம், சென்னை – 600 106.
பேச: 9382853646, 8825767500
மின்னஞ்சல்: parisalbooks@gmail.com

அச்சுக்கோப்பு : வி. தனலட்சுமி

அச்சாக்கம்: ரவிராஜா பிரிண்டர்ஸ், சென்னை.

பக்கம்: 148

விலை ரூ: 170

Islamiya Fakirgal
Va. Ragmathulla ©
Parisal First Edition: August 2022

Published by : Parisal Putthaga Nilayam
No. 235, 'P' Block, MGR First Street,
MMDA Colony, Arumbakkam, Chennai - 600 106.
Mobile: 9382853646, 8825767500
Email: parisalbooks@gmail.com

DTP : V. Dhanalakshmi

Printed at: Raviraja Printers, Chennai.

ISBN : 978-93-91949-54-9

Pages: 148

Price Rs. 170

இளமை நிலையாமை

தவழ்ந்து நடக்கையிலே நான்கு கால்களடா......
தனித்து நடக்கையிலே இரண்டு கால்களடா.....
தளர்ந்து நடக்கையிலே மூன்று கால்களடா......
தலைவன் அழைக்கையிலேஎத்தனை கால்களடா.....
மனத்தின் கால்கள் ஒழுங்காய் நடந்தால்
மனிதன் கால்கள் ஒழுங்காய் நடக்கும்..
உனது எனது சண்டை ஓய்ந்தால்
உலகத்தின் கால்கள் அமைதியடா...!

நூல் முகம்

“இடத்தாலும் இனத்தாலும் மொழியாலும் சூழல்களாலும் மக்கள் வேறுபடுகின்றனர். அத்தகைய மனிதர்கள் ஒரு சமுதாயமாக இணைந்து வாழும்போது, அந்தந்த சமூதாயத்திற்கேற்ற பழக்கவழக்கங்கள்– மரபுமுறைகள் கலைவடிவங்கள், தத்துவங்கள் ஆகிய வாழ்வியல் கூறுகள் தனித்தனியே உருப்பெறுகின்றன. இவை வாழையடி வாழையாக அச்சமுதாயத்தை வழி நடத்துகின்றன” என்பார் முனைவர் மு. சந்தானம்.

இந்திய நாட்டில் இந்து சமுதாயத்தினர், இஸ்லாமிய, கிறித்தவர் போன்ற பல சமயத்தவர் வாழ்ந்து வருகின்றனர். இஸ்லாம் சமயத்தினர் மற்ற சமய நெறிகளிலிருந்து விலகிக் காணப்படினும் பிறப்பாலும் மொழியாலும் இவர்கள் தமிழர்களே. “இஸ்லாம் எங்கள் வழி; இன்பத்தமிழ் எங்கள் மொழி’ என்ற அடிப்படையில் தங்களால் இயன்ற இலக்கியங்களை இத்தமிழ்ச் சமுதாயத்திற்காக, தமிழ்மொழிக்காக இவர்கள் படைத்திருக்கின்றனர்.

ஒழுங்குபட்ட ஓசையை இசை என்கிறோம். ஒழுங்குப்பட்ட நடத்தையை ஒழுக்கம் என்றும் பண்பு என்றும் கூறுகிறோம். இந்த பண்பு அறிவுக் கூர்மையைச் சார்ந்ததன்று; மன உணர்வைச் சார்ந்ததே ஆகும்.

ஒரு சமுதாயத்தின் அடித்தளமாக அமைவது அச்சமுதாயத்தின் பண்பாடு என்றால் அது மிகையாகாது.

தமிழர்கள் தனக்கெனத் தனியான– செம்மையான ஒரு வாழ்வியல் நெறியை– பண்பாட்டை அமைத்து வாழ்ந்தவர்கள். அவ்வழியில், இஸ்லாமியர்கள் பெயரளவில் வேறுபட்டிருப்பினும் அவர்கள்தம் உணர்வால், பழக்கவழக்கத்தால், பண்பாட்டால் தமிழகக் கலாச்சாரத்தோடு ஒன்றியிருப்பதையும் காணலாம்.

பண்பாட்டளவில் இஸ்லாம் என்ற சமயப் பண்பாடும், தமிழ்நிலத்திற்கேயுரிய பண்பாடும் இவர்களிடத்தில் இரண்டறக் கலந்திருக்கிறது. தெருக்களில் மக்களிடத்து இரவல் கேட்டு வாங்கி உண்ணுகின்ற இரவலர்கள் பலதரப்பட்டவர்கள் உள்ளனர் என்றாலும் அவர்களுள் இஸ்லாமிய இரவலர்களாகிய ஃபக்கீர்கள் சற்று வேறுபட்ட நிலையில் தம் சமயம் சார்ந்த நீதிக் கருத்துக்களை மக்களுக்கு நினைவூட்டும் பொருட்டு தெருக்களில் பாடல்களைப் பாடிச் சென்று இரப்பவர்களாக இருக்கின்றனர்.

பண்பாட்டு நோக்கில் ஒரு சமூகத்தை ஆராய்கின்ற போது வாழ்க்கையின் ஒவ்வொரு இயக்கத்திலும்– செயல்பாட்டிலும் பண்பாட்டின் சாயல் பங்கு பெறுகிறது. சமயம், சடங்கு, வழிபாடு, ஆடை அணிகலன், தொழில், நம்பிக்கை, விழாக்கள் என வாழ்வின் அனைத்துச் செயல் பாடுகளிலும் இஸ்லாமிய இரவலர்களாகிய ஃபக்கீர்களின் பண்பாட்டு பங்களிப்பு இஸ்லாமிய சமுதாயத்தில் எந்தளவிற்கு ஏற்றம் பெற்றுள்ளது என்பதை அறிந்து கொள்ள வேண்டும் என்பதன் விழைவால் விளைந்ததே இந்நூல்.

இந்நூல் இஸ்லாமியத் தளத்தில் நின்று முந்தைய வரலாற்றுக் கண்ணோட்டத்துடன் ஏழ்மையும் எளிமையும் நிறைந்த இஸ்லாமிய இரவலர்களாகிய ஃபக்கீர்களை அடையாளம் காட்டுவதுடன், தெருக்களில் ஒரு கலைஞனுக்குரிய தோற்றத்துடன் சென்று, அவர்கள் தாம் பாடுகின்ற சமயநெறிப் பாடல்களின் தன்மையை விளக்க முற்படுவதும், தொடக்க காலத்தில் வாழ்ந்த ஃபக்கீர்களின் வாழ்வியல் நிலை (வாழ்க்கை நெறி) இன்றைய சமுதாயச் சூழலில் எவ்விதத்தில் வேறுபட்டு விலகி நிற்கிறது, தங்கள் சமயம் சார்ந்தவர்களிடத்தில் இவர்களுக்கு அளிக்கப்படுகின்ற அங்கீகாரம், தமிழ்நாட்டுச் சூழலில் ஃபக்கீர்களின் வாழ்வியல் நெறி எவ்வாறு வளர்ந்தும்

தளர்ந்தும் வருகின்றன என்பது பற்றியும் அறிந்து கொள்வதின் முன் முயற்சியே இந்நூலின் வெளிப்பாடு.

இந்நூலுக்கு வித்திட்டதோடு மட்டுமல்லாது, நூலாக உருவானதற்கு உறுதுணையாக, வழிகாட்டியாக இருந்து அன்புடனே அணிந்துரையும் வழங்கி சிறப்புச் செய்த மனோன்மணீயம் பல்கலைக்கழகத் தமிழியல் துறையின் முன்னாள் தலைவர் மரியாதைக்குரிய என் ஆசிரியப் பெருந்தகை முனைவர் தொ.பரமசிவன் அவர்களை முதற்கண் நான் நன்றியுடன் நினைக்கிறேன்.

இந்நூலின் கருத்துகள் செம்மையுறுவதற்கு துணை நின்றவர்கள் பலராவர். இந்நூலுக்கு கருத்துரு கொடுத்து வாழ்த்துரையும் வழங்கிய மதுரை வக்புவாரியக் கல்லூரிப் பேராசிரியர் முனைவர் கா. சாகுல் ஹமீது அவர்கள் என் நன்றிக்குரியர், என்னுடன் பணியாற்றும் 'நல்லாசிரியர்' பண்டிதப் புலவர் மு.முகைதீன் பிச்சை அவர்கள் அளித்த ஊக்கமும் இந்நூல் உருவாகப் பெரிதும் துணை நின்றது. அதற்காக அவருக்கும் என்னுடைய ஏனைய நண்பர்களுக்கும் என் நன்றியை உரித்தாக்குகிறேன். களஆய்வில் பாடல்களைப் பாடியும் தகவல்களையும் தந்தளித்த ஃபக்கீர்களையும் இத்தருணத்தில் நினைவு கொள்கிறேன். இந்நூலை வெளியிடும் கே.கே.புக்ஸ் பிரைவேட் நிறுவனத்தாருக்கும் நான் என்றென்றும் நன்றி சொல்ல கடமைப்பட்டுள்ளேன்.

இஸ்லாமிய எழுத்தாளர்களின் படைப்பு இலக்கியங்கள் யாவும் தனது இல்ல நூலகத்தில் இடம் பெற்றிருக்க, என்னுடைய நூலும் தனது நூலகத்தில் இடம் பெற வேண்டுமென்று வெகு நாட்களாக விருப்பம் கொண்டவரும் எனது மாமனாருமாகிய 'இஸ்லாமிய நூல் இலக்கியக் காவலர்' கம்பம், எஸ். முஹம்மது அலீ அவர்களுக்கும் என் நெஞ்சார்ந்த நன்றியை அன்புடன் தெரிவித்துக் கொள்கிறேன்.

எல்லாவற்றிற்கும் மேலாக இத்தகைய ஆற்றலையும் அறிவையும் வழங்கிய எல்லாம் வல்ல இறைவனுக்கும் என் நன்றியை நவில்கிறேன்.

அணிந்துரை

தமிழ்நாடு எல்லாச் சமயங்களுக்கும் வாழ்விடம் தந்த நிலப்பகுதியாகும். சமயங்களுக்கான வாழ்ந்திடத் தகுதி அரசு அதிகாரத்தாலோ, மேலோர் மரபுகளாலோ பெருந்தன்மையுடன் வழங்கப்படவில்லை. ஏனென்றால் 'சமயப்பூசல்' என்பது காலந்தோறும் சமூகத்தின் மேல் அடுக்குகளிலிருந்து பெறப்படுவது ஆகும்.

பெருஞ்சமய நெறிகள் என அறியப்படுபவையெல்லாம் ஒரு கடவுள் கோட்பாட்டை உடையன. ஆனால், பெருவாரியான மக்கள் திரளில் சமயவுணர்வு அல்லது ஆன்மீக உணர்வு என்பது மிகுந்த ஜனநாயகத் தன்மையுடையது. எனவே எல்லா உயிர்களையும் அலங்கரிப்பது போல எல்லாச் சமயங்களின் இருப்பினையும் நாட்டார் மனம் (Floke Mind) ஏற்றுக் கொள்கின்றது.

இதை ஏற்றுக் கொள்வதற்குக் காரணமாக 'இறைநேசர்கள்' என்று சொல்லப்படும் மாமனிதர்களைக் குறிப்பிடலாம். இவர்களின் செயல்பாடுகள் எப்பொழுதுமே தமக்கானவையாக இருப்பதில்லை. எனவே தான் நம்புகின்ற தெய்வத்தின் கதையினை, செயல்களைப் புகழ்ப்புராணமாக மக்கள் மத்தியில் இசை உணர்வோடு எடுத்துச் செல்வது ஃபக்கீர்களின் பழக்கமாகும். இஸ்லாமிய சமயத்தில் இத்தகைய செயல்பாடு கொண்டவர்களை சூஃபியாக்கள் என்றும் அவர்களைப் பற்றி கதைப்பாடல்களாகப் பாடுகின்றவர்களை ஃபக்கீர்ஷாக்கள் என்றும் அழைப்பர்.

தமிழகத்தில் பரவிய இஸ்லாம், கருத்தியல் ரீதியில் 'சன்னி' எனும் பிரிவினைச் சார்ந்ததாகும். சமூகத்தில் சரிபாதியாக

விளங்குகின்ற பெண்களின் ஆன்மீகத் தேட்டத்திற்கு இந்த கருத்தியல் பிரிவில் போதிய இடம் கிடைக்கவில்லை. எனவே ஜனநாயக உணர்வுடைய பெண்களின் ஆன்மீகம் விதிக்கப்பட்ட எல்லையினைத் தாண்டுகிறது.

தமிழ்நாட்டில் இஸ்லாம் பரவி சுமார் ஆறு, ஏழு நூற்றாண்டுகள் ஆகிவிட்டன. கல்வியைக் கொண்டாடிய மதம் 'இகலாம்' என்றாலும் கூட, பெண்களுக்கான சமயக் கல்வியினைத் தொடக்க காலத்தில் இசைக் கருவியான 'தாயிரா' எனும் தப்சோடு பாட்டினைக் கலந்து ஃபக்கீர்ஷாக்களே அளித்து வந்தனர். இதுவே வரலாற்று உண்மையாகும்.

நபிகள் நாயகத்தின் வாழ்க்கை வரலாற்றினையும் முந்தைய நபிமார்களின் வாழ்க்கை வரலாற்றினையும் பின் வந்த அலிமார்களின் வரலாற்று நிகழ்வுகளையும் அவர்களே கதையாகப் பாடிக் காட்டினார்கள். எழுத்தறிவில்லாத பெண்மக்களுக்கு சமயக்கல்வியை இவர்களே அளித்தார்கள்.

எல்லாச் சமயங்களிலும் இறைவனுடைய மேலான தன்மையையும் ஏற்றுக்கொண்டு பணிகின்ற அடியவர்கள் ஒரு கட்டத்தில் தங்களைப் பெண்ணாக உணர்கிறார்கள். அதே நேரத்தில் ஆண்டவனின் அடிமை என்ற பெருமிதத்தில் தங்களை ஓர் இராணியினைப் போல் தலைமைத் தன்மையுடைய பெண்களாகவும் உணர்கிறார்கள். ஃபக்கீர்ஷா என்பதில் 'ஷா' என்பது இந்த பெருமிதத் தன்மையைக் காட்டுகிறது. (வைணவத்தில் ஆழ்வார் என்ற சொல்லும் இப்படித்தான்)

இந்நாட்டில் கல்வியறிவு பெருகிவரும் இக்காலக் கட்டத்தில் சமயப்பூசல்களும் பெருகி வருவது வருத்தமளிக்கிறது. இச்சூழலில் ஆன்மீகத் துறையில் ஜனநாயகத்தை வெளிப்படுத்தும் ஃபக்கீர்கள் மரியாதைக்குரியவர்கள் என்று நான் நினைக்கிறேன்.

இந்த நூலும் அப்படித்தான். இந்நூலினைச் சிறப்பாக எழுதியுள்ள என் மாணவரும், நூலாசிரியருமான திரு. வ. ரஹ்மத்துல்லாவுக்கு என் மனமார்ந்த பாராட்டுக்கள்.

முனைவர் தொ.பரமசிவன்
முன்னாள் தமிழியல் துறைத் தலைவர்,
மனோன்மணீயம் பல்கலைக்கழகம்
திருநெல்வேலி.

வாழ்த்துரை

தமிழ் இலக்கிய வரலாற்றுடன் இஸ்லாமியர்களுக்கு கணிசமான பங்களிப்பு இருப்பதைப் போலவே, தமிழகத்தின் நாட்டுப்புறக் கலை இலக்கியத்தின் வரலாறோடும் இஸ்லாமியர்களுக்கு நெருக்கமான தொடர்பு உண்டு. இஸ்லாம் இசைக்கு முக்கியத்துவம் அளிக்கவில்லை என்று பேசப்பட்ட போதும், தமிழகத்தின் நாட்டுப்புற இசை வரலாறு இவர்களையும் உள்ளடக்கியதாகவே விளங்குகிறது. இதற்கு எடுத்துக்காட்டாக மதுரையில் ஒரு ஜமாத்தின் பெயர் 'மேளகார ஜமாத்', என்று இருப்பதையும், ஊர்தோறும் சென்று 'தப்ஸ்' எனும் இசைக்கருவியை முழக்கிப் பாடிய ஃபக்கீர்களையும் கொள்ளலாம்.

இந்நூலின் மூலம் ஃபக்கீர்களின் வரலாற்றை அறிய தருவதோடு, தமிழகத்தின் சித்தர் மரபும் ஒப்பீட்டுக்கு உரியதாக காட்டி இருப்பது பொருத்தமுடையதாக அமைகிறது. ஏனெனில், இஸ்லாத்திலிருந்து கிளைத்தெழுந்த சூஃபிசமும், தமிழகச் சித்தர் மரபும் விரிவான தளத்தில் ஆராயப்பட வேண்டிய ஒன்று. இவ்விரு தத்துவங்களின் இணைவுத் தன்மையை உணர்ந்து அடையாளப் படுத்தியிருக்கிறார் இந்நூலாசிரியர். இது இவரின் ஆய்வுத்தன்மையை நமக்குப் புலப்படுத்துகிறது.

சமூக நல்லிணக்கம் கேள்விக் குறியாக்கப்பட்டுள்ள இன்றைய சூழலில், பக்கீர்களுக்கு இஸ்லாமியர் தவிர்த்த மற்றைய சமயத்தோரிடம் இருந்து வந்துள்ள தொடர்பும், அதன் விளைவாக எழுந்த நல்லிணக்கமும் சுமூகமான ஒரு சூழலை தமிழகத்தில் ஏற்படுத்தி இருக்கிறது. அந்த பண்பாட்டின் மீட்சி

இன்றுவரை – தமிழகத்தில் தொடர்கிறது என்றே சொல்லலாம். குறிப்பாக இந்து சமயத்தைச் சார்ந்த மக்கள் ஃபக்கீர்களிடம் மரியாதை கொண்டு, அவர்களிடம் ஓதி பார்த்தால் சுகம் கிடைக்கும் என நம்பிக்கை பெற்றிருப்பது இன்று காணக் கூடியதாக விளங்குகிறது.

ஃபக்கீர்கள் சமுதாய அரங்கில் மக்களிடம் சென்று சமயக்கருத்துக்களைப் பரப்பியதோடு, தேசபக்தியை வளர்க்கும் கருத்துக்களையும் பாடல்களாகத் தந்து தேச பக்தியையும் வளர்த்துள்ளனர். எனவே இவர்கள் மக்களால் இரவலர் (யாசகர்) என்ற கண்ணோட்டத்துடன் பார்க்கப் படாமல், மரியாதைக்குரியவர்களாகப் போற்றப்பட்டுள்ளனர் என்பதை நூலாசிரியர் சரியாக விவரித்துள்ளார்.

தமிழில் ஃபக்கீர்களின் வரலாறு இதுவரை முழு அளவில் ஆய்வு செய்யப்படவில்லை. அந்தக் குறையை அன்புத் தம்பி ரஹ்மத்துல்லா அவர்களின் இந்நூல் ஓரளவு நிறைவு செய்வதோடு, ஆய்வு செய்யப்பட வேண்டிய பகுதிகளை அடையாளம் காட்டுகிற வழித்தடமாகவும் அமைகிறது.

நூலாசிரியரின் நேர்மையான கள ஆய்வு நூலினைச் செம்மையாக ஆக்கித் தந்திருக்கிறது. நாட்டுப்புற தளத்தில் மட்டுமல்லாது, பல்வேறு இலக்கியத் தளத்திலும் இவரது இலக்கியப்பணி தொடர வாழ்த்துக்கள்.

முனைவர் கா.சாகுல் ஹமீது
எம்.ஏ.,எம்.பில்., பிஎச்.டி., பி.ஜி.டி.ஜே.எம்., சி.ஜி.டி.,
இணைப் பேராசிரியர், தமிழ்த்துறை,
வக்பு வாரியக் கல்லூரி, மதுரை.

பொருளடக்கம்

1. இஸ்லாமிய ஃபக்கீர் — 13
2. பாடல், கதைப்பாடல் — 30
3. ஃபக்கீர்கள் பாடும் முறை — 67
4. இன்றைய நிலை — 84
5. ஃபக்கீர் பாடல்கள் — 102

துணைநூற்பட்டியல் — 139

நூலில் இடம் பெற்றுள்ள அரபி, உருது சொற்களின் பொருள் அகராதி — 144

இஸ்லாமிய ஃபக்கீர்

தமிழ்நாட்டு மக்கள் தொகையில் ஏறத்தாழ பன்னிரண்டு விழுக்காட்டினர் இஸ்லாம் சமயத்தைத் தழுவியவர். பிறப்பாலும், மொழியாலும் இவர்கள் தமிழர்களே. பண்பாட்டளவில் இஸ்லாம் என்ற சமயப்பண்பாடும், தமிழ்நிலத்து பண்பாடும் இவர்களிடத்தில் கலந்திருக்கக் காணலாம். இவர்களுள் இஸ்லாமியச் சமயம் சார்ந்த இரவலர்கள் தமிழ்நாட்டில் பரவலாக காணப்படுகின்றனர். இதில் ஒரு பிரிவினர் ஃபக்கீர் என்னும் பெயரால் அழைக்கப்படுகின்றனர்.

ஃபக்கீர்களில் மதுரை வட்டாரத்தில் 'ரிப்பாய்' எனும் பிரிவினர் வாழ்கின்றனர். தமிழ்நாடு முழுவதும் பரவலாகக் காணப்படும் ஃபக்கீர்கள் அனைவரும் இப்பிரிவைச் சார்ந்தவர்களே. மற்ற பிரிவினர்கள் தமிழ்நாட்டில் இல்லை.

தமிழ்நாட்டில் இஸ்லாமிய இரவலர்கள் பொதுவாக மிஸ்கீன், முஸாஃபர், ஃபக்கீர் ஆகிய பிரிவுகளாகக் காணப்படுகின்றனர். மதுரை வட்டாரத்தில் வாழ்கின்ற ஃபக்கீர்களைப் போன்று, மற்ற இரு பிரிவினர்களும் அவர்களுக்கே உரிய நெறிமுறைகளில் இன்றும் வாழ்ந்து வருகின்றனர்.

தாங்கள் அணிந்து கொள்ளுகின்ற ஆடை களைத் தவிர்த்து எந்தவிதமான உடமைப் பொருட்களும் இல்லாதவர்கள் மிஸ்கீன். இவர்கள் ஃபக்கீர்களைப் போன்று பச்சை நிறத்திலானத் தலைப்பாகையை அணிந்தவர்கள். இஸ்லாமியர்கள் வழிபடுகின்ற மசூதி வாயில் அல்லது தர்கா வாயில்களில் எப்பொழுதும்

யாசகத்திற்காக அமர்ந்திருப்பர். தெருக்களில் சென்று இவர்கள் ஒருபொழுதும் யாசிப்பதில்லை. இஸ்லாமியர்கள் அறம் (தர்மம்) செய்ய விரும்பும் போது மிஸ்கீன்களை வீட்டிற்கு அழைத்துச் சென்று உணவளிப்பர்.

மிஸ்கீன்கள் இருவகை:

வறுமையைப் பொறுத்துக்கொண்டு யாசகம் கேட்காதிருப்பவர்கள், யாசகம் கேட்பவர்கள். "உறவினர்களுக்கும் அனாதைகளுக்கும் அடுத்தபடியாக மிஸ்கீன்களுக்கு அறம் செய்யுமாறு இறைவன் தன் திருமறையில் குறிப்பிடுகின்றான்" என்று இஸ்லாமிய கலைக்களஞ்சியத்தில் அப்துற் றஹீம் கூறுகிறார். 'மிஸ்கீன்' என்பவர்கள் வறுமைக் கோட்டிற்கும் கீழ் நிலையில் வாழ்பவர்கள். இத்தகைய வறுமையிலும் படியேறிச் சென்று இரவல் கேட்காதவர்களாக இவர்கள் இருக்கின்றனர். அடுத்தபடியாக முஸாஃபர்கள் இடம்பெறுகின்றனர்.

முஸாஃபர்களை வழிப்போக்கர்கள் என்று அழைக்கின்றனர். 'முஸாபர்' என்ற அரபுச் சொல்லிற்கு பயணி என்று பொருள். இவர்கள் நாடோடி வாழ்க்கையை மேற்கொள்கின்றவர்கள். முஸாஃபர்கள் வழிப்பயணத்தை மேற்கொள்ளுகின்ற பொழுது யாசித்துக் காசு முதலான பொருட்களைப் பெற்று வாழ்ந்து வருகின்றவர்கள்.

ஃபக்கீர்கள் தம் அன்றாட குடும்ப வாழ்க்கைக்காக பொருள் ஈட்டும் பொருட்டு தெருக்களில் சென்று சமயப் பாடல்களைப் பாடி யாசித்து வருபவர்களாக உள்ளனர்.

இஸ்லாம் சமயத்தில் இரவலர்கள் என்ற நிலையில் யாசித்தல் தொழில் செய்து வருகின்ற ஃபக்கீர்கள் தங்களுக்கேயுரிய தனித்தன்மையுடன் பாடுதல் தொழிலை மேற்கொண்டவர்களாக உள்ளனர்.

ஃபக்கீர் என்ற பாரசீக சொல்லிற்கு தமிழில் 'இரப்பவர்' அல்லது 'இரவலர்' என்பது பொருள். ஃபக்கீர்கள் வீடு வீடாகச் சென்று யாசிப்பவர்களாக இருக்கின்றனர். ஆனால் தெருக்களில் சென்று வாய் விட்டு பிச்சை கேட்டு வாங்கி உண்ணுகின்ற மற்ற இரவலர்களிடமிருந்து மாறுபட்டுக் காணப்படுகின்றனர்.

ஃபக்கீர் என்ற பாரசீகச் சொல் ஃபகீர் என்ற மூலத்திலிருந்து தோன்றியிருக்கலாம் எனக் கருத முடிகிறது. ஃபக்கீர் என்ற சொல் குறித்து அப்துற் றஹீம், 'பகீர்' என்றால் எல்லாத் தேவைகளுக்கும் இறைவனை எதிர்பார்க்கும் தன்மை என்றும், ஃபக்கீர் என்றால் எல்லா தேவைகளுக்கும் எதிர்பார்ப்பவர் என்றும், இந்தத் தேவை ஆன்மீகத் தேவையையும், உலகாயுதத் தேவையையும் குறிக்கும் என்று குறிப்பிடுகிறார்.

"துறவிகளில் சிலர் தங்களை ஃபக்கீர்கள் என்று அழைத்துக்கொண்டு கூட்டம் கூட்டமாகப் பிரிந்து வாழ்ந்தனர். கலந்தர் ஃபக்கீர், மதார் ஃபக்கீர் போன்றோர் ஊர் ஊராகச் சென்று இரந்துண்டு வாழ்ந்து வந்ததன் காரணமாகப் பொதுவாக ஃபக்கீர் என்றாலே யாசகர் என்று கருதப்படலாயிற்று" என்றும் தமது கலைக்களஞ்சியத்தில் குறிப்பிடுகிறார்.

அல்ஹாஜ் எஸ்.எம். சுலைமான் என்பார், "பாரசீகத்தில் இச்சொல்லிற்கு 'தர்வேஷ்' என்று பொருள்படும். 'தர்' என்ற மூலத்திலிருந்து இச்சொல் பிறந்தது. வாசல் என்று பொருள்படும். அதாவது வாசலுக்கு வாசல் போகிறவர். அதனால் ஃபக்கீர் என்பதாகும்" என்று கூறுகின்றனர்.

பக்கீர்களும் சூஃபிகளும்:

பக்கீர்கள், இஸ்லாமிய சமயத்தில் உள்ள பல சமயப் பெரியோர்கள் கூறிய கருத்துக்களையும், அவர் தம் பெருமைகளையும் மக்களுக்குத் தெரியப்படுத்துபவர்களாக உள்ளனர். அவர்கள் தெருக்களில் வீடு வீடாகச் சென்று 'தாயிரா' என்ற தோற் கருவியால் இசை எழுப்பியவாறு சமயப் பாடல்களைப் பாடிப் பொருட்களைப் பெற்று வாழ்க்கை நடத்துகின்ற இரவலர் என்ற நிலையிலேயே இன்றளவும் காணப்படுகின்றனர்.

சமய நெறிகளில் இஸ்லாமிய வேதநெறியோடு, சூஃபிகளில் பெருமை பெற்றவரான முகைதீன் அப்துல்காதர் ஜீலானி என்பவரின் வழியில், அவர்தம் நெறிமுறைகளைக் கடைப்பிடித்து வருகின்றவர்களாகக் கருதப்படுகின்றனர்.

பக்கீர்கள், சூஃபிகள் கடைப்பிடித்த நெறியைப் பின்பற்றிவரினும் காலப்போக்கில் இவர்களிடையே பல பிரிவுகள்

ஏற்பட்டன. அப்பிரிவுகள் தமிழ்நாட்டில் மட்டுமல்லாமல் இந்தியாமுழுவதும் காணப்படுகின்றன. அப்பிரிவுகளில் தற்சமயம் பக்கீர்களில் ஐந்து பிரிவினர் மட்டுமே உள்ளதாக அறிய முடிகிறது. அப்பிரிவினர் முறையே ரிப்பாய்ஜமா, முல்லாங்கு ஜமா, ஜலாலியா ஜமா, பீர்மலக்கு ஜமா, தவ்காத்தி ஜமா என்று அழைக்கப்படுகின்றனர். 'ஜமா' என்ற சொல்லின் பொருள் கட்டம் என்பதாகும். இவ்வைந்து பிரி வினர்களில் தமிழ்நாட்டில் ரிப்பாய் பிரிவினர்கள் மட்டும் காணப்படுகின்றனர். ரிப்பாய் பிரிவினரில் அகமதியா, ஹைதுரூஸ் என்று இரு உட்பிரிவினர் உள்ளனர், மற்ற நான்கு பிரிவினர்களும் வட இந்தியாவில் இவர்களைப் போன்று, தங்களுக்குரிய அடையாளப் பொருட்களைக் கொண்டு யாசித்தல் தொழிலை நடத்தி வருகின்றனர்.

பக்கீர்களில் ஒவ்வொரு பிரிவினரும் இப்பிரிவினைத் தோற்றுவித்த முன்னோடிகளின் வழிமுறைகளைக் கடைப்பிடிப்பவர்களாக இன்றும் வாழ்ந்து வருகின்றனர். தொடக்க காலத்தில் இவர்களின் முன்னோர்கள் ஒரே கட்டடத்தினராக வாழ்ந்து வந்துள்ளனர். காலப்போக்கிலேயே இப்பிரிவுகள் உண்டாயின.

துவக்கத்தில் இவர்கள் தனிப்பட்ட ஃபக்கீர்களாகவே இருந்தனர். ஹிஜ்ரி ஆறாவது நூற்றாண்டில் செல்ஜீக்குகளின் ஆட்சியின் போதுதான் இவர்கள் ஒரு குழுவாக அமைந்து வாழும் நிலை ஏற்பட்டது. முஹைதீன் அப்துல் காதர் ஜீலானி அவர்களின் காதிரிய்யாத் தர்க்காவைப் பின்பற்றிய தர்வேஷ்கள் தாம் முதன்முதலில் ஒரு குழு அமைத்தனர். பின்னர் பல்வேறு தர்க்காக்களைப் பின்பற்றியவர்களும் தங்களுக்கென ஒரு குழு அமைத்து தனிப்பட்ட முறையில் திக்ருக்களையும் நடைமுறைகளையும் மேற்கொண்டனர் என்கிறார் அப்துற் றஹீம்.

எம்.டி.ஹசன் பாரசீக நாட்டின் மதக்கொள்கையைக் கடைப்பிடித்து வாழ்கின்ற தர்வேஷ்கள் (ஃபக்கீர்கள்) இருவகையாகப் பிரிந்திருந்தனர். அவர்களில் இஸ்லாமிய சட்ட திட்டங்களைப் பின்பற்றுபவர்கள், 'பாஷர்' என்றும், அவற்றைப் பின் பற்றாதவர்களை பீஷர்' என்றும் அழைக்கப்பட்டனர்.

இந்த தர்வேஷ்களில் சிலர் மடங்களில் தங்கி தியானம் செய்து கொண்டு இருப்பவர்களாகவும், சிலர் ஊர்சுற்றித் திரிபவர்களாகவும் இருந்தனர் என்று கூறுகிறார்.

காலப்போக்கில் இந்நிலைகளில் இருந்து மாறி ஒவ்வொரு ஆண்டிலும் ஒவ்வொருவர் பெயரால் தர்க்காக்களை ஏற்படுத்தி குழுக்களை அமைத்தனர். அவ்வாறு தோன்றிய தர்க்காக்களின் பெயரையும், அதனை நிறுவியவர் பெயர், நிறுவிய ஆண்டு முதலானவற்றைக் காலவாரியாகத் தொகுத்து எம்.டி.ஹசன் கூறுவதாக 'இஸ்லாமிய அகராதி' என்ற ஆங்கில நூலில் தாமஸ் பேட்ரிக் ஹக்ஜ் என்பார் தொகுத்துத் தந்துள்ளார்.

ஆரம்பத்தில் மதுரை வட்டாரத்தில் வாழ்கின்ற பக்கீர்கள் இவரது வழிமுறையையே பன்பற்றியதாக தெரிய வருகிறது. செய்யத் அகமது ரிப்பாய் என்பவர் பாக்தாத்தில் ஹிஜ்ரி ஆண்டு 576 (கி.பி. 1182)ல் ரிப்பாய் இப்பிரிவினைத் தோற்றுவித்தார்.

காலமாற்றத்தில் ஃபக்கீர்களில் ரிப்பாய் பிரிவினர் காதிரிய்யாத் தரீகாவை தோற்றுவித்த முகைதீன் அப்துல்காதர் ஜீலானி ஒருவரையே போற்றுகின்றனர்.

ஹிஜ்ரி ஆண்டு 149(கி.பி.766) இல் தோற்றமாகி, ஹஜ்ரி 1164(கி.பி. 1750) அண்டு காலம் வரை ஃபக்கீர்களின் முன்னோடிகள் பலர் பல பிரிவுகளைத் தோற்றுவித்திருந்தாலும், இன்றளவும் ஃபக்கீர்கள் அனைவரும் தங்களின் குருவாக முகைதீன் அப்துல்காதர் ஜீலானி ஒருவரையே போற்றி வருகின்றனர்.

இஸ்லாமிய சமய அறிஞர்கள் இவரை சூஃபி என்றே அழைக்கின்றனர். சூஃபி என்பது அரபுச் சொல்லாகும். தமிழில் 'சித்தர்' என்ற பொருளைக் குறிக்கும். இச் சூஃபி சொல் குறித்து இஸ்லாமிய சமய அறிஞர்களிடத்தில் பல கருத்துக்கள் நிலவுகின்றன. இருப்பின் அப்துற்றஹீம், "ஆன்மீக ஞானத்திற்கு தஸவ்வுஃப் என்று கூறப்படுகிறது. இந்த ஞானவழியில் அடியெடுத்து நடப்பவர்களுக்கு சூஃபிகள் என்றும் பெயர் கூறப்படுகிறது" என்கிறார்.

"சமூக வாழ்விலே அமைதியின்மை இடம் பெறவே பெருமானார் போதித்த தூய்மையான எளிய வாழ்வை

பெரும்பாலோர் மறந்து ஆடம்பர வாழ்வை மேற்கொண்டனர். இக்காலத்தில் இச்சூழ்நிலைகளைக்கண்டு வருந்திய முஸ்லீம்களுள் ஒரு பிரிவினர் சமூக வாழ்வில் இருந்து நீங்கி இறைவழிபாட்டில் தம்மை ஈடுபடுத்துவதற்கு ஆயத்தமாயினர். நாட்கள் செல்லச்செல்ல அவர்களின் எண்ணிக்கையும் பெருகலாயிற்று. இவ்வாறு இவ்வுலக வாழ்விலுள்ள இன்பங்களையெல்லாம் துறந்து இறையருள் மட்டுமே நாடி நின்ற பக்தர்களைத்தான் இஸ்லாம் சமயத்தின் முதல் சூஃபியாக்களாகக் காண்கிறோம்'' என்று சூஃபியாக்கள் வரலாற்றை அபூஜமால் விளக்குகிறார்.

சூஃபிகள் ஆடம்பர வாழ்க்கையை வெறுத்து எளிய வாழ்க்கையை மேற்கொள்பவர்களாகவும், உலக இன்பங்களைத் துறந்து இறையருளை நாடி நிற்பவர்களாகவும் விளங்குகின்றனர்.

ஃபக்கீர்கள், தங்களுக்கு முன்னோடிகளாகப் பல சூஃபிகள் இருந்தும் முகைதீன் அப்துல்காதர் ஜீலானியைப் போற்றுவதற்குக் காரணம் அவர் முதன்முதலில் ஏற்படுத்திய காதிரியாத் தரீகா ஒன்றே எனலாம்.

"தரீகா என்ற சொல்லிற்கு வழி, பாதை, பாட்டை என்பதாகும். இது ஞான வழி அல்லது ஞானப்பாட்டையைக் குறிக்கவே பயன்படுத்தப்படுகிறது.'ஷரீஅத்' என்பது நடைமுறையில் மேற்கொள்ள வேண்டிய மார்க்கப்பாட்டையாகும். அதற்கு மேல் ஆன்மீக வழியில் அழைத்துச் செல்லும் பாட்டைக்கே 'தரீகா' என்று பெயர் கூறப்படுகிறது"

இக்கருத்திற்கிணங்க ஞானவழி அல்லது ஆன்மீக வழியில் சென்று இறைவனைக் காண முயன்ற சூஃபிகள் சிலர் தங்கள் கொள்கைக்கிணங்க வேறுசில தரீகாக்களையும் தோற்றுவித்தனர்.

"பல காலங்களில் பல சூஃபிகள் 'கானிகா' எனும் துறவு மடங்களை நிறுவி, அதில் தங்கள் மாணவர்கள் வசிப்பதற்காக வசதி செய்தார்கள். சிலர் தங்கள் பெயரால் சங்கங்கள் அல்லது ஸ்தாபனங்கள் ஏற்படுத்தினார்கள். அத்தகைய ஸ்தாபனம் தரீக் எனப்படும்'' என்று சையத் இபுராஹிம் குறிப்பிடுகிறார்.

இம்முறையில் முகைதீன் அப்துல்காதர் ஜீலானி தோற்றுவித்த காதிரிய்யாத் தரீகாவும், அபூமத்யன் தோற்றுவித்த ஷாதிலியாத் தரீகாவும், மௌலான ஜலாலுதீன் ரூமி தோற்றுவித்த

மௌலவ்வியா அல்லது நக்ஷபந்தியா தரீகாவும் குறிப்பிடத் தக்கவையாகும். இந்தியாவில் அதிகமாக பின்பற்றக்கூடிய தரீக்காக்களின் வழிமுறைகளில் அப்துல்காதர் ஜீலானி தோற்றுவித்த காதீரிய்யாத் தரீகாவும் ஒன்றாக உள்ளது.

தொடக்க காலத்தில் மக்களை ஆன்மீக வழியில் அழைத்துச் செல்லும் வழிப்பாதையாக இருந்த தரீகா இன்று மக்களிடத்தே தர்கா' என்ற பெயரில் உருமாற்றம் பெற்று மருவி வழங்கப்படுகிறது. இன்று அந்த தர்காக்கள் அவுலியாக்கள் எனப்படும் இறை நேசர்கள் அடக்கம் செய்யப்பட்ட இடமாகவும், இஸ்லாமியர்கள் சென்று 'ஜியாரத்' (வழிகாட்ட வேண்டுகை) செய்யும் இடமாகவும் காணப்படுகின்றன. இவ்வாறு ஞானவழியில் சென்று, தரீகாக்களைத் தோற்றுவித்த சூஃபிகளின் நெறிமுறைகளைப் பின்பற்றி வருபவர்களாக இன்றும் ஃபக்கீர்கள் காணப்படுகின்றனர்.

ஃபக்கீர்கள், இன்றளவும் சூஃபிகளின் நெறிமுறைகளைக் கடை பிடித்து வருகின்றனர் என்பதற்குச் சான்றாக, சூஃபிகள் பயன்படுத்திய கருவிகளுள் ஏதேனும் ஒன்றை அடையாளச் சின்னமாக இன்னும் வைத்துள்ளனர்.

சூஃபிகளின்பால் கொண்ட பேரன்பினால் அல்லாஹ்வே அவர்களுக்கு பன்னிரண்டு மலக்குகளை பன்னிரண்டு விருதுகளாக (அணிகலன்களாக) படைத்தது அப்துல்காதர் ஜீலானி காலத்தில்தான் என்று ஃபக்கீர்கள் நம்புகின்றனர்.

அப்பன்னிரண்டு விருதுகள் முறையே தாயிரா, மணிச்சோட்டா, ஷாலியாகயிறு, திருச்சக்கரம், கண்ட கோடாரி, திருவோடு அல்லது தங்ககிஷ்டி, காவி உடை, கண்டமாலை, அல்மதர், ஆசாகோல், தபீசு (ரிஷிதண்டம் போல) ஜோல்னாப்பை என்பனவாகும்.

இவற்றுள் ஒரு குறிப்பிட்ட விருதினைத் தங்களுக்குரிய சடங்கு முறைகளிலும், வாழ்க்கை முறைகளிலும் பயன்படுத்தினர். குறிப்பாக 'தாயிரா' என்ற இசைக்கருவியைத் தங்களின் பணிக்குரிய தொழிற்கருவியாகப் பயன்படுத்தி வருகின்றனர்,

மதுரை வட்டாரத்தில் வாழ்கின்ற ஃபக்கீர்கள் சாதாரணமாக நடைமுறை வாழ்க்கையில் மற்ற மனிதர்களுடன் கலந்து

பழகுபவர்களாகக் காணப்படுகின்றனர். ஆனால் தெருக்களில் சென்று யாசிக்கின்றபொழுது அவர்களுக்கே உரிய ஆடை அணிகலன்களை அணிந்தவர்களாகக் காணப்படுகின்றனர். அவ்வாறு அணிந்து செல்லக் கூடிய அணிகலன்களில் ஏதேனும் ஒன்று அவர்கள் சார்ந்த தரீகா முன்னோடிகள் பயன்படுத்திய அடையாளப் பொருட்களுள் ஒன்றாக இருக்கும்.

அவ்வகையில், ஃபக்கீர்கள் தலையில் பச்சை அல்லது வெள்ளை நிறத்திலான தலைப்பாகையும், கழுத்தில் கண்டிமாலை' எனப்படும் பல வண்ணத்திலான பாசிமணி மாலைகளுள் ஒன்று அல்லது இரண்டு அணிந்தும் ஜிப்பா' என்ற முழுக்கை சட்டையும் அணிந்தவராக காணப்படுவர். மற்றும் ஃபக்கீர்களை மற்ற இரவலர்களிலிருந்து பெரிதும் வேறுபடுத்திக் காட்டுவது அவர்கள் கையில் வைத்திருக்கின்ற 'தாயிரா' என்ற இசைக்கருவியாகும்.

ஒரு வகையில் 'தாயிரா' என்ற தோல்பறையினைக் கொண்டு இசை எழுப்பி இஸ்லாமியச் சமயப்பாடல்களைப் பாடுவர். இசை எழுப்புவதற்காகக் கைவிரல்களில் (தவில் வித்வானை போன்று குப்பிகள் சொருகி நிற்பர்.) தோளின் ஒருபுறத்தில் யாசகமாக பெறுகின்ற பொருட்களை வைப்பதற்கு 'ஜோல்னா' என்ற துணிப்பையும் தொங்கும். அதில் மந்திரித்தல் தொழிலுக்காக மயிலிறகை வைத்திருப்பர்.

இத்தகைய உருவத் தோற்றத்துடன் ஃபக்கீர்கள் தெருக்களில் காணப்படுகின்றனர். 'தொடக்க காலத்தில் ஃபக்கீர்களின் ஒவ்வொரு பிரிவினரும் அவரவர்கள் தங்கள் பிரிவை வேறுபடுத்தி காட்டும் அளவில் அந்தந்த பிரிவினருக்குண்டான முறைகளிலேயே ஆடைகளை அணிந்திருந்தனர்" என்கிறது இஸ்லாமிய அகராதி:

"ஃபக்கீர்களில் ஒவ்வொரு பிரிவினரும் அவர்களுக்கென்று தனிப்பட்ட வழிமுறைகள், சட்டதிட்டங்கள், மற்றும் வழிபாட்டு முறைகளைப் பின்பற்றுவதோடு தாங்கள் அணியும் ஆடைகளையும் கூட. தனிப்பட்ட முறையில் கையாண்டனர். உதாரணமாக 'ஷேக்' என்பவர்கள் வெள்ளை நிற நீண்ட அங்கியை அணிந்தனர். 'காதிரிஸ்' என்பவர் கருப்புநிற ஆடைகளை அணிவதோடு தங்களுடைய காலணிகளுக்கும் கறுப்பு ரோமத்தைப் பயன்படுத்தினர்.

தலையில் அணிகின்ற தலைப்பாகையிலும் தனிப்பட்ட பழக்கங்களைக் கையாண்டனர். மௌலவி ஃபக்கீர்கள் உயரமான குல்லாக்களையும், ரிப்பாய் பிரிவினர் குள்ளமான குல்லாக்களையும் அணிந்திருந்தனர், ரிப்பாய் பிரிவினர் 'டக்கியாஹ்' என்ற பின்னப்பட்ட துணியாலான தலைப்பாகையையும் அணிந்திருந்தனர். இத்தலைப்பாகை யினைக் குறைந்தது ஆறுமடிப்பு முதல் பதினெட்டு மடிப்பு வரை கொண்டதாக மடித்துக் கட்டியிருந்தனர்.

ஃபக்கீர்கள் சிலர் தங்கள் உடமையாக வளைந்த மரத்தால் அல்லது இரும்பினாலான கழியை அல்லது குச்சியைத் தங்களின் அக்குல் இடுக்குகளில் செருகி வைத்திருந்தனர். மற்றும் செம்மறியாட்டுத் தோலினால் செய்யப்பட்ட 'கேஸ்குல்' என்ற தனிப்பை ஒன்றையும் வைத்திருந்தனர். பொதுவாக எல்லா ஃபக்கீர்களும் தாடி மற்றும் மீசை வளர்த்தனர். குறிப்பாக காதிரிஸ், ரிப்பாய், கல்வாடிஸ், குல்சானிஸ் போன்ற பிரிவினர்கள் மிக நீண்ட தலைமுடியைத் தங்கள் இறைத்தூதர் நினைவாக வளர்த்தனர். சிலர் தங்களின் தலைப்பாகைக்குள் முடியை மடித்து வைத்தனர். தங்கள் கைகளில் 'ரோசரி' என்ற மணிமாலையை அணிந்தவராகவும் காணப்பட்டனர் என்று இஸ்லாமிய அகராதி நூல் விளக்குகிறது.

இக்காலத்தில் ஃபக்கீர்களின் நடை, உடை, பாவனைகளில் சில மாற்றங்கள் தென்படுகின்றன. குறிப்பாக, தொடக்கத்தில் தங்கள் கை இடுக்கில் 'தப்சு' என்ற குச்சியை வைத்திருந்தனர். இன்று அவர்கள் தங்கள் கை இடுக்கில் மயிலிறகை வைத்துள்ளனர்.

ஃபக்கீர் என்ற அமைப்பு தொடக்க காலத்தில் சமயப்பணி செய்வதற்காகவே ஏற்படுத்தப்பட்டது. சமய அறிஞர்கள் ஃபக்கீர்களைச் சமயப்பணியாளர்களாகவே கருதி வந்திருக்கின்றனர். இன்று தெருக்களில் சென்று சமயப்பாடல்கள் பாடுவதை அவர்களின் பிழைப்பிற்குரிய தொழிலாகச் சமய நூல்களோ, சமய அறிஞர்களோ அங்கீகரிக்கவில்லை.

ஃபக்கீர்கள் 'தாயிரா' என்ற இசைக்கருவியைத் தங்களின் வயிற்றுப்பிழைப்புக்காகத் தொழிற்கருவியாகப் பயன்படுத்தி வருகின்றனர். ஆனால் இக்கருவியை அவர்தம் முன்னோர்கள்

மதப்பிரச்சாரத்துக்கு மட்டுமே பயன்படுத்தி உள்ளனர். ஃபக்கீர்கள் தெருக்களில் அல்லது மதம் சார்ந்த விழாக்களுக்குப் பாடச்செல்கின்றபோது தொழில் நடத்தும் உணர்வோடு செல்கின்றனர்.

ரிப்பாய் பிரிவினரைப் போன்றே மற்ற நான்கு பிரிவினர்களும் அவரவர்களுக்குரிய தொழிற்கருவிகளில் பயன்படுத்தி யாசக தொழில் செய்து வருகின்றனர்.

அம்முறையில் முல்லாங்கு' பிரிவினர் பித்தளைக் கொம்பினாலாகிய ஊதுகுழலினைக் கொண்டு ஊதியவராக, மக்களிடையே 'பாத்திஹா' எனப்படும் வேண்டுகோட் பாடல்களைப் பாடிப் பொருட்களை யாசகமாக பெறுகின்றனர். 'ஜலாலியா' பிரிவினர் நீண்ட சாட்டையினால் தன் முதுகில் அடித்துக்கொண்டு யாசகம் பெறுகின்றனர். 'பீர்மலக்கு பிரிவினர் மாட்டுத்தோலினால் ஆன முரசு போன்ற 'நகரா' என்ற கருவியில் ஒலி எழுப்பியவாறு யாசிக்கின்றனர். 'தவ் காத்தி' பிரிவினருக்கென்று எந்தவொரு தனிக்கருவியும் கிடையாது. ஆனால் இவர்கள் வீடுகளில் விரும்பி அழைக்கிறவர்களிடத்தில் சென்று எலுமிச்சம்பழம் வாங்கி திருக்குர்ஆனில் கூறப்பட்டுள்ள 'ஆயத்து' என்று சொல்லப்படும் வேதவரிகளை அப்பழத்தினை நோக்கி ஓதி வழங்கி மக்களிடத்தில் யாசகமாகப் பொருட் களை பெறுகின்றனர் என்றும் ஃபக்கீர்கள் கூறுகின்றனர்.

'மௌலவிய்யா' எனும் தரீகாவைச் சேர்ந்த துறவிகள் தோல் கருவிகளும், நரம்பு கருவிகளும் உண்டாக்கும் இசையில் இறைவனை நினைத்து திக்ரு செய்து சுற்றிச் சுற்றி வருவார்கள்; பாடல்களைப் பாடுவார்கள் என்றும் கூறப்படுகிறது.

மந்திரித்தல்:

ஃபக்கீர்கள் பாடுவதை முதன்மை தொழிலாகவும், மந்திரிப்பதை அதனோடு கூடிய துணைத்தொழிலாகவும் கொண்டுள்ளனர். மந்திரித்துப் பார்க்கின்ற தொழில் முறைகளைத் தாங்கள் கற்றிருப்பதாகவும் கூறுகின்றனர்.

இவர்கள் இஸ்லாமிய மக்களிடத்தும், இந்துக்களிடத்தும் சாதி மத பேதமின்றி சிறுபிள்ளைகள் முதற்கொண்டு வயது

முதிர்ந்தோர் வரை அனைவருக்கும் மந்திரிக்கின்றனர். குறிப்பாக இந்து மதத்தினர் ஃபக்கீர்களிடம் அதிகமாக மந்திரித்துப் பார்க்கின்றனர். பொதுவாக கிறித்தவர்கள் ஃபக்கீர்களிடம் மந்திரிப்பதில்லை.

ஃபக்கீர்கள் தங்கள் முன்னோடிகளை சூஃபிகள் சுல்த்தான் செய்யது அகமது கபீர், முகைதீன் அப்துல்காதர் ஜீலானி முதலானோர் பெயர் தொடங்கி, புகழ்பெற்ற தர்காக்களில் அடங்கப்பட்டுள்ள அவுலியாக்களின் பெயராலும் மந்திரிக்கும் பொழுது, திருக்குர் ஆனில் உள்ள வேதவரிகளுள்(ஆயத்து) தமக்குத் தெரிந்த ஒன்றிரண்டு வரிகளை அக்கறுப்புக் கயிற்றின் மேலாக ஓதி, விரும்பிக் கேட்கின்ற மக்களிடத்தில் கொடுப்பர், மந்திரித்து கறுப்புக் கயிற்றினைக் கொடுத்த பிறகு தங்கள் கையில் உள்ள மயிலிறகினால் மந்திரித்துப் பார்க்கின்றவர்களின் முகத்தில் குர்ஆன் வசனம் ஓதி தடவி விடுவர். தாங்கள் கொடுக்கின்ற கறுப்பு கயிற்றுக்கு மாற்றாக மக்களிடத்திலிருந்து காக மட்டுமே பெறுகின்றனர். கொடுப்பவர்களின் தகுதிக்கேற்ப ரூபாய் ஒன்று முதல் பத்து வரை பணத்தைப் பெறுகின்றனர்.

இது தவிர்த்து 'கண்ணேறு கழித்தல்' என்ற முறையில் பயந்து போன குழந்தைகளின் முகத்தில் ஒரு தம்ளரில் தண்ணீர் வாங்கி குர்ஆன் வரிகளை ஓதி முகத்தில் தெளிப்பர், இம்முறையிலும் மந்திரித்தல் தொழிலைப் பார்க்கின்றனர். மக்கள், தாங்கள் நினைத்த காரியங்கள் நடைபெறாமல் தடைப்பட்டு நிற்கும் பொழுது, அதற்குரிய காரணங்களில் ஒன்றாக மற்றவர்களின் தீய பார்வை அல்லது பொறாமைப் பார்வையைக் கருதுகின்றனர். இதனால் வரும் கேடுகளைக் கண்ணேறு கழித்தல் (கண்திருஷ்டி) என்ற முறையில் நீக்குவதற்கு எண்ணுவர்.

தங்களையோ, தங்கள் குழந்தைகளையோ காற்றுக்கருப்பு எனப்படும் தீய ஆவிகள் தீண்டிவிட்டதாக எண்ணினால், ஃபக்கீர்களிடம் மந்திரித்துக்கொள்ள முன்வருகின்றனர்.

ஃபக்கீர்களிடமிருந்து மந்திரித்த கருப்புக்கயிறு அல்லது தாயத்துக்கயிறு வாங்கிக் கட்டிக்கொண்டால், தம்மைச் சூழ்ந்துள்ள தீய ஆவிகள் நீங்கிவிடும் என்று மக்கள் நம்புகின்றனர்.

ஃபக்கீர்கள் ஓதும் மந்திரம் தங்களைச் சூழ்ந்துள்ள கேடுகளை விலக்கிவிடும் அல்லது நீக்கிவிடும் ஆற்றலுடையது என்பது மக்கள் நம்பிக்கை.

மதப்பின்னணி:

இஸ்லாம் சமயம் மற்ற இந்திய சமயங்களிலிருந்து வேறுபட்ட இறைப்பன்மை கோட்பாட்டை விடுத்து, 'இறைவன் ஒருவனே; அவனே அல்லாஹ்' என்ற கோட்பாட்டை அடிப்படையாகக் கொண்டு எழுந்த சமயமாகும்.

இஸ்லாம் சமயத்தினர் இறைவனால் அருளப்பட்ட இறுதி வேதமாகிய திருக்குர் ஆனையே பின்பற்றி ஒழுகுகின்றனர். இஸ்லாமியர்கள் தாங்கள் படைக்கப்பட்ட நோக்கத்தை உருவ வழிபாடற்ற முறையில் 'தொழுகை' என்பதன் மூலம் தங்கள் வணக்கமாக இறைவனுக்குச் செலுத்தி வருகின்றனர். இறுதி நபியாகிய முகம்மது நபியின் பொன் மொழிகளைக் கடைப்பிடித்து வருபவர்களாகவும் உள்ளனர். ஆனால் இந்நெறி முறைகளிலிருந்து சற்று மாறுபட்ட நிலையிலேயே இன்று ஃபக்கீர்கள் காணப்படுகின்றனர்.

இறைவனால் படைக்கப்பட்ட மனிதன் அவனை அடிபணிந்து வணங்க வேண்டும் என்பது இஸ்லாமிய நெறிமுறைகளாகும். ஆனால் இந்நெறியிலிருந்து சற்று விலகியவர்களாக இறைவனை அன்பாலும் அடையமுடியும் என புதியதோர் வழிபாட்டு முறையினை சூஃபிய சிந்தனைவாதிகள் உண்டாக்கினர்.

"தமிழ்நாட்டுச் சித்தர்கள் இறைவழிக் கொள்கையான 'சரியை, கிரியை, யோகம், ஞானம்' என்ற நான்கு நிலைகளை மேற்கொண்டது போன்று சூஃபிகளும் ஷரீஅத், தரீகத், மஃரிபத், ஹகீகத் என்ற நான்கு பயிற்சி நிலைகளை மேற்கொண்டதாக ஸையித் இப்ராஹிம் கூறுகிறார்." இத்தகைய குஃபிகளின் வழிமுறையைப் பின்பற்றுபவர்களாகவும் மஃரிபத் எனும் உள் வணக்க வழியைக் கடை பிடிப்பதாகவும் ஃபக்கீர்கள் விளங்குகின்றனர்.

பொதுவாக ஃபக்கீர்கள் மசூதிகளை விட இறை நேசர்களின் அடக்கத் தலங்களான தர்காக்களையே

பெரிதும் விரும்புகின்றனர். அவற்றின் மீதே அதிக ஈடுபாடும் கொள்கின்றனர்.

ஃபக்கீர் பாடல்களிலும் இந்த பண்பினையே அதிகம் காணமுடிகிறது. இவர்களுடைய பாடல்கள் பெரும்பான்மையானவை அவுலியாக்களின் புகழைப்பாடி சமய உணர்வுகளை ஊட்டுவனவாக அமைந்து விளங்குகின்றன.

ஃபக்கீர் - சடங்குமுறை:

இஸ்லாம் சமயத்தினர் மார்க்க சட்டதிட்டங்களுக்கு உட்பட்ட சில சடங்குமுறை நிகழ்ச்சிகளை நடத்துகின்றனர். அந்நிகழ்ச்சிகள் இன்றும் நடைமுறையில் காணப்படுகின்றன. ஒவ்வொரு நிகழ்ச்சிகளும் ஒவ்வொரு காரணத்தின் அடிப்படையில் நடத்தப்படுகின்றன. சிலர் இதன் காரணங்களை விளங்கியும், விளங்காதவர்களாகவும் நடத்துகின்றனர். ஆனால் இன்றும் ஃபக்கீர்கள் நடத்துகின்ற 'முரீத்' எனும் சடங்கு நிகழ்ச்சியை அவர்கள் உணர்ந்தே செய்கின்றனர்.

ஃபக்கீர்கள் நடத்துகின்ற முரீத் சடங்கு ஆண் மக்களுக்கு மட்டுமே உரியதாகும். இச் சடங்கினை ஒவ்வொரு ஆண் மகனுக்கும் பதினைந்து வயதிற்கு மேற்பட்ட நிலையிலேயே நடத்துகின்றனர். மற்றும் இச்சடங்கினை அவுலியாக்களின் நினைவுத்தலமான தர்காக்களிலேயே பெரும்பாலும் நடத்துகின்றனர்.

"விழாக்கள் என்பன ஆதிமக்கள் ஒன்று சேர்ந்து நடத்தும் கூட்டுச் சடங்கிலிருந்து தோன்றியவையாகும்'' என்கிறது கலைக்களஞ்சியம். ஃபக்கீர்கள் தொடக்க காலம் தொட்டு இன்று வரை இச்சடங்கினை ஒரு கூட்டுமுறையிலேயே நடத்தி வருகின்றனர்.

மதுரை வட்டாரத்தில் வாழ்கின்ற, ஃபக்கீர்கள் தங்களுடைய 'முரீத்' சடங்கினை, மதுரையிலிருந்து சுமார் பத்து கிலோ மீட்டர் தொலைவில் உள்ள மேலக்கால் கணவாய் எனும் தர்காவில் அடங்கியுள்ள 'வருசை இப்ராம்ஷா சையத் ஒலியுல்லா' என்ற அவுலியாவின் நினைவு நாளன்று நடத்துகின்றனர்.

'முரீத்' சடங்கு ஒரு திருவிழாவைப் போல் ஃபக்கீர்களிடத்தில் கொண்டாடப்படுகிறது. இச்சடங்கு தமிழ்நாட்டில் உள்ள

ரிப்பாய் பிரிவு ஃபக்கீர்கள் மட்டுமின்றி, வட நாட்டிலுள்ள ஏனையப் பிரிவினர்களின் முக்கியமானவர்களும் கூட வந்து கலந்து கொள்கின்றனர்,

'முரீத்' சடங்கு மூன்று பொறுப்பாளர்களைக் கொண்டு நடத்தப்படுகின்றது. அப்பொறுப்பாளர்கள் முறையே கலிபா (தலைவர்), கொத்பால் (மந்திரி), பண்டாரி(சேனாதிபதி) என்று அழைக்கப்படுகின்றனர். மதுரை வட்டாரத்தில் வாழ்கின்ற ரிப்பாய் பிரிவு ஃபக்கீர்களுக்கு 'இப்ராம் அன்ஷா' என்பவரே தலைவர் ஆனார். இவரே முரீத் வழங்குபவர். மந்திரியாக இருந்து 'மைதீன்பாட்சா' என்பவர் சடங்கு நிகழ்ச்சிகளை செய்பவர் ஆவார். சடங்குக்கு வந்திருப்பவர்கள் அனைவருக்கும் சாப்பாட்டுப் பொறுப்பினை ஏற்பாடு செய்பவர் சேனாதிபதி ஆவார். இந்நிலையிலிருந்து சடங்கினை நடத்துகின்றனர்.

சடங்கின் முதல் நிகழ்ச்சியாக முரீத் வாங்குபவரின் உடலில் உள்ள அத்தனை ரோமங்களும் களையப்படுகின்றன. அதன் பின்னர் அவரைக் குளிப்பாட்டி, இஸ்லாமியர்கள் இறந்தவர்களுக்குச் சாத்துகின்ற ஆடையை (கபன் ஆடையை) அணிவிக்கின்றனர். நெஞ்சில் சந்தனத்தைத் தடவி, கண்களுக்கு சுருமா' எனும் கண் மை தீட்டப்படும். பின் அவரை பத்து ஃபக்கீர்கள் கூடிய சபைக்கு முன்னாள் உட்கார வைப்பர். இப்பொழுது தலைவர் (உஸ்தாது) பால் பழத்தை வாய்வைத்து மூன்று முறை குடித்து விட்டு அவருக்குக் கொடுப்பர். முரீத் வாங்குபவரும் அது போன்று குடிப்பார். இதற்கு அடுத்த நிலையில் தலைவர் (உஸ்தாது) தப்சு' எனும் சிறு இரும்புக்கம்பி கொண்டு, முதுகில் 'ஹலம்' என்ற எழுத்தை பாலில் தொட்டு எழுதுவார். அதன் பின்பாக தலைவர் (உஸ்தாது) சீனி, பால், எலுமிச்சம்பழம் இம்மூன்றும் கலந்த சாற்றினை ஒன்றன்பின் ஒன்றாக தொடர்ந்து குர்ஆன் வசனங்களை ஓதி அவர் வாயில் ஊற்றுவார். இதனைத் தொடர்ந்து அவருக்கு தலைவர் (உஸ்தாது) தனிப்பெயரிட்டு அழைப்பார். இந்நிலையிலிருந்து அவர் 'ஃபக்கீர்' என்ற சொல்லிற்குண்டான தகுதியை பெற்றவராகிறார்.

இச்சடங்கு நடத்தப்படுவதன் மூலம் முரீத் வாங்குபவர் தன்னுடையப் பிறப்பினை அவர் இழந்தவராகவும்

கருதப்படுகிறார். அன்று முதல் அவர் தன்னைப் பெற்ற தாய் தந்தையர் உறவை இழந்தவராகத் தலைவரின்(உஸ்தாது) பிள்ளையாகக் கருதப்படுவார்.

இந்நிகழ்ச்சிக்குப் பின்னால் முரீத் வாங்கியவர் நாற்பது நாட்கள் 'சில்லா' எனும் நெறியில் வீட்டிற்குள்ளேயே இருக்க வேண்டும். பெண்களைப் பார்க்கக் கூடாது. இஸ்லாமிய சமயத்தினரிடத்தில் கணவன் இறந்து விட்டால், மனைவி நாற்பது நாட்கள் வீட்டிற்குள் ஒதுங்கியிருந்து வாழ வேண்டும். ஆண்கள் எவரையும் பார்க்கக்கூடாது. இவ்வாறு பெண்கள் வீட்டிற்குள்ளேயே இருந்து வாழ்வதை 'இத்தா' என்பர்.

இஸ்லாம் சமயத்தில் ஆண்களுக்கு 'இத்தா' கிடையாது. ஆனால் ஃபக்கீர்கள் மேற்கொள்ளுகின்ற 'சில்லா' நெறி ஓர் ஆண் இத்தா இருப்பது போன்று காட்டப்படுகிறது. தவிர அந்நாற்பது நாட்களுள் மூன்றாம் நாள் பாத்திஹா, நாற்பதாம் நாள் பாத்திஹா என்ற ஒன்றும் ஓதுவார்கள். இறந்தவர்களின் நலனுக்காக இது போன்ற மூன்றாம் நாள், நாற்பதாம் நாள் பாத்திஹா (இறைவனிடத்து வேண்டுகை) ஓதுவதும் இஸ்லாமிய வழக்கமாகும். இந்நாற்பது நாட்கள் கழித்தப்பின்னே முரீத் வாங்கியவர் 'தாயிரா'வை எடுத்துத் தெருக்களில் சென்று பாடுவதற்குண்டான உரிமை பெற்றவராகிறார்.

முரீத் சடங்கு நிகழ்ச்சியினைக் கூர்ந்து நோக்குகின்றபொழுது ஃபக்கீர் ஆகும் ஒருவருக்கு இந்தச் சடங்கில் இறந்தோருக்கு செய்யப்படுகின்ற சடங்கு போன்ற அனைத்தும் செய்யப்படுகிறது. அதன்மூலம் தன்னுடைய பிறப்பினை இழந்து விடுகிறார். உஸ்தாதாகிய குரு அவருக்கு ஒருபுதிய பிறப்பு அளிக்கிறார். இந்த புதிய பிறப்பு அவரை உலகியல் நிழ்ச்சியில் இருந்து விலக்கி, அவரை சமயப்பணிக்கு மட்டும் உரியவராக ஆக்கிவிடுகிறது. இதுவே முரீத் சடங்கின் பொருள்.

இரவலர் தன்மை:

ஃபக்கீர்கள் தங்களுக்கென்று உரியதான 'தாயிரா' என்ற இசைக்கருவியால் இசை எழுப்பி பாடல்களைப் பாடியவாறு வீட்டு வாசலில் சென்று நிற்பர். இம்முறை, மற்ற இரவலர்களுக்கும் இவர்களுக்கும் உள்ள தனித்தன்மையை சுட்டிக்காட்டுகிறது.

இவ்வாறு தாம் இரவல் கேட்டு வந்திருப்பதை 'தாயிரா' என்ற கருவி கொண்டே உணர்த்துகின்றனர். அதனையறிந்து வீட்டில் உள்ளவர்களும் யாசகமாக காசு அல்லது அரிசியினை வழங்குவர். ஃபக்கீர்கள் யாசகத்திற்கென்று வைத்திருக்கின்ற துணிப்பையில் அப்பொருட்களைப் பணிவுடன் பெற்றுக்கொள்வர். சில வீடுகளில் யாசகம் அளிக்கப்படவில்லை என்றாலும், அதே இடத்தில் நின்று பொருட்களைப் பெற்றுச் செல்கிற பிடிவாதக்குணம் என்பது இவர்களிடத்தில் இல்லை.

ஃபக்கீர்கள் பொருட்களைப் பெறுகிற விதத்திலும் மற்ற இரவலர்களிலிருந்து வேறுபடுகின்றனர். அதாவது, இரண்டு கையையும் ஏந்தி நின்று அல்லது பாத்திரத்தை நீட்டி வாங்காமல், பொருள் கொண்டுவந்து கொடுக்கின்ற பாத்திரத்தைப் ஃபக்கீர்களே வாங்கி தங்கள் பையில் போட்டுவிட்டுப் பாத்திரத்தைத் திருப்பிக் கொடுக்கின்றனர்,

இதன் மூலம் இவர்கள் இரவலர்களாக இருந்தபொழுதும் சமுதாயத்தில் மதிப்புப் பெற்றவர்களாக இருக்கிறார்கள்,

குறிப்புகள்:

1. அப்துற் றஹீம், இஸ்லாமியக் கலைக்களஞ்சியம், மூன்றாம் தொகுதி, ப.687
2. மேலது, 1.440
3. மேலது, 1.440
4. அல்ஹாஜ் எஸ்.எம்.சுலைமான், 'சூஃபிகளும் ஆன்மீக ஒருமைப்பாடும்' சமண, பௌத்த, கிருஸ்தவ, இஸ்லாமிய தமிழ் இலக்கியக் கருத்தரங்கு மலர், ப.9
5. அப்துற் றஹீம், இஸ்லாமியக் கலைக்களஞ்சியம், மூன்றாம் தொகுதி, ப.243
6. THOMAS PATRICK HUGHES, DICTIONARYOF ISLAM, PP 115&116.
7. அப்துற் றஹீம், இஸ்லாமியக் கலைக்களஞ்சியம், மூன்றாம் தொகுதி, ப.266

8. அபூஜமால், 'சூஃபியாக்கள் வரலாறு' கா.முகமது பாரூக் (ப.ஆ.),மெய்ஞ்ஞானி பீர்முகமது அப்பா இலக்கிய ஆய்வுக்கோவை.ப.355
9. அப்துற் றஹீம், இஸ்லாமியக் கலைக்களஞ்சியம், மூன்றாம் தொகுதி, ப.246
10. ஸையித் இப்ராஹிம், இஸ்லாமும் அதன் உட்பிரிவுகளும், ப.95
11. THOMAS PATRICK HUNGHES, DICTIONARY OF ISLAM, PP 119–120.
12. ஸையித் இப்ராஹிம், இஸ்லாமும் அதன் உட்பிரிவுகளும், ப. 102
13. மேலது, ப.75
14. கலைக்களஞ்சியம், தொகுதி ஒன்று, ப.419

பாடல், கதைப்பாடல்

ஃபக்கீர்கள் பாடும் பாடல்கள் தனிப்பாடல்களாகவும், நெடும் பாடல்களாகவும் அமைகின்றன. தனிப்பாடல்கள் கேட்பவர்களுக்கு நேரடியாக நீதி – சொல்வனவாகவும், கடமைகளை நினைவூட்டும் வகையிலும் அமைந்துள்ளன. நெடும் பாடல்கள், இஸ்லாமியச் சமய வரலாற்றில் ஏதேனும் ஒரு கதை நிகழ்ச்சியை எடுத்துக்கொண்டு விளக்கிப் பாடும் பாடல்களாக அமைந்துள்ளன.

(அ) தனிப்பாடல்கள்:

ஃபக்கீர் பாடல்களில் தனிப்பாடல்கள், போற்றிப் பாடல்கள், தத்துவப் பாடல்கள், நீதிப்பாடல்கள், சித்தர் பாடல்கள் என்ற நான்கு வகையான நிலைகளை உடையதாக அமைகின்றன.

போற்றிப்பாடல்கள் எனப்படும் புகழ்மாலை பாடல்கள் இரண்டு வகையுடையனவாக அமைகின்றன. அவை 1. இறைவனைப் போற்றி, அவனிடம் இறையருள் வேண்டிப்பாடப்படுவன. 2. இறைவனின் தூதர்கள் அவுலியாக்கள் ஆகியோரிடம் தங்கள் விருப்பத்தினைத் தெரிவித்துப் பாடப்படுவனவாகும்,

தத்துவப்பாடல்கள் இஸ்லாம் சமயத்தின் அடிப்படைக் கொள்கைகளான வினை, உயிர், ஒழுக்கம் பற்றிய கருத்துக்களைக் கூறுவதாகவும், சமயக்கடமைகளை மக்களுக்கு நினைவூட்டு வனவாகவும் அமைகின்றன. தத்துவக் கருத்துக்களை அடிப்படையாகக் கொண்டு செல்வ நிலையாமை, யாக்கை

நிலையாமை, உயிர் நிலையாமை பற்றியும் பாடல்கள் அமைகின்றன.

சித்தர்கள் எழுதிய தத்துவம் சார்ந்த கருத்துக்களை மையமாகக் கொண்ட பாடல்களையும் ஃபக்கீர்கள் பாடுகின்றனர். அவற்றுள் இஸ்லாமியச் சித்தரான குணங்குடி மஸ்தான் சாகிபு எழுதிய பாடல்களையும், பதினெண் சித்தர்களில் ஒருவராகிய இடைக்காட்டூர்ச் சித்தர் எழுதிய பாடல்களையும் இவர்கள் விரும்பிப் பாடுகின்றனர்.

திரைப்படப் பாடல்களின் மெட்டில் இஸ்லாமியச் சமயக் கருத்துக்களை அடியொற்றியதான தத்துவப் பாடல்களையும் பாடுகின்றனர்.

போற்றிப் பாடல்கள்:

பொதுவாக வழிபடும் தெய்வத்திற்கு தம் வணக்கத்தைச் செலுத்தி விட்டுத் தம் முயற்சியினைத் தொடங்கும் மரபு எல்லா மதத்தார்க்கும் பொதுப்பண்பாகும். இதே மரபில், பாடல் தொழிலை மேற்கொள்ளுகின்ற ஃபக்கீர்களும் தமக்கு அருள்வேண்டி இறைவனைப் பாடித் தங்கள் பாடல் தொழிலைத் தொடங்குகின்றனர்.

ஃபக்கீர்கள் தாங்கள் பாடுகின்ற போற்றிப்பாடல்களில் இறைவனை முதலில் வணங்குகின்றனர். அடுத்த நிலையில் இறுதி நபியாகிய முகம்மது நபியைப் பற்றியும், அவுலியாக்களுக்குள் முதன்மையான இடத்தைப் பெற்று விளங்குகின்ற முகைதீன் அப்துல்காதர் ஜீலானியின் புகழை மக்களுக்குத் தெரியப்படுத்தும் வகையிலும் பாடல்களைப் பாடுகின்றனர். இவை தவிர, அந்தந்த வட்டாரத்தில் புகழ்பெற்று விளங்கும் அவுலியாக்கள் மீதும் புகழ்ச்சிப் பாடல்களைப் பாடுகின்றனர்.

ஒருவன் இறைநியதிக்கு கீழ்ப்படிந்து நடப்பதென்றால், அவன் இறைவன் மீது அசைக்க முடியாத நம்பிக்கை கொண்டிருக்க வேண்டும். இக்கருத்தினை ஒவ்வொருவருக்கும் அறிவுறுத்தும் வகையில் இஸ்லாம் சமயத்தில் இறைக்கொள்கை அமைந்துள்ளது. இஸ்லாம் சமயம் பிற சமயங்களைப் போன்று இறைவன் இருக்கிறானா? இல்லையா? என்கின்ற தருக்க ஆராய்ச்சிக்கு இடம் கொடுக்காமல், 'இறைவன்

ஒருவனே: அவனே அல்லாஹ்' என்ற ஓரிறைக் கோட்பாட்டை விளக்குகிறது.

'இஸ்லாம்' என்ற அரபுச் சொல்லிற்குச் சாந்தி, அடிபணிதல், ஈடேற்றம் பெறச்செய்வது என்ற பொருள்கள் உள்ளன. இதன் மூலம் இறைவனுக்கு முழுமையாக அடிபணிந்து ஒழுகி, அதன் காரணமாக சாந்தியைப் பெற்று உலகிலும் சாந்தம், அமைதி ஆகியவற்றை நிலவச் செய்து, இம்மை மறுமைகளின் ஈடேற்றம் பெறுதல் என்பதே இஸ்லாமாகும்.

இஸ்லாம் சமயத்தினர் ஒவ்வொருவரும் இக்கொள்கையைக் கடைபிடித்தே ஆக வேண்டுமென இஸ்லாம் சமயமும் வலியுறுத்துகிறது.

இவ்வடிப்படையில் இஸ்லாம் சமயத்து இரவலர்களாகிய ஃபக்கீர்களும் இறைவன் மீது நம்பிக்கை கொண்டு இறைவனை வணங்குவதின் அவசியத்தைத் தங்கள் பாடல்களில் சுட்டிச் சொல்வதை உணரமுடிகிறது.

இறைவன் மீதான புகழ்மாலைப் பாடல்:

இறைவனைப் புகழ்ந்து பாடுகின்றபொழுது, 'உலகம் எல்லாம் அன்பின் உருவமாக அமைந்து, இவ்வுலகில் வாழும் உயிர்களுக்கு எல்லாம் முதல்வனாக, பெரியோனாக விளங்குகின்ற அல்லாஹ்வே உன்னிடத்தில் நான் கெஞ்சிக் கேட்டுக் கொள்கிறேன். நான் இவ்வுலகில் உன்னருளையும், அன்பையும், கருணையையும் பெற்று வாழ்வதற்கு இப்பொழுது உன்னை நாடி வந்து பாடுகின்றேன். எனக்கு உன் அருளை அளிக்க வேண்டும். 'அலிப்' என்ற சொல்லிற்குப் பொருளாக விளங்குகின்ற அல்லாஹ்வே உன்னிடத்தில் நான் பண்போடு கெஞ்சிக் கேட்கிறேன். என் உள்ளத்தே மண்டிக் கிடக்கின்ற 'தான்' என்னும் அகந்தை எண்ணத்தையும், நான் செய்த பாவங்களையும் நீக்கி அறிவை வளர்க்க வேண்டும் என்றும் பொருளமையப் பாடுகிறார் ஒரு ஃபக்கீர்.

"அன்பில் உருவான அலிப்பில் பெரியோனே
அல்லா உன்னைக் கெஞ்சிக் கேட்கின்றேன்
அகந்தை எண்ணம் நீங்கட்டும்
அறிவும் வளரட்டும்

பண்போடு கேட்கின்றேன்
பாவம் நீங்கட்டும்......."

'உலகெங்கும் நிறைந்து விளங்குகின்ற வல்லமை படைத்த அல்லாஹ்வே, என்னுடைய வாழ்வில் என்றும் இணைந்து விளங்க வேண்டும், என்னிடத்தில் காணப்படுகின்ற தூய்மையான எண்ணத்தை வளர்க்க வேண்டுகிறேன். இருள் படர்ந்த இம்மண்ணுலகில் இருளைப் போக்கும் ஒளியாக அண்ணல் பெருமானாகிய முகம்மது நபியைப் படைத்த முடிவே இல்லாத பெரியோனே! எனக்கு இவ்வயதில் அருளோடு கூடிய வாழ்வினைத் தர வேண்டுகிறேன்' என்றும் பாடுகின்றனர்.

"மண்ணின் ஒளியாக அண்ணல் பெருமானை
தந்த இறையோனே அந்தம் இல்லானே!
வயதினில் அருளோடு வாழ்வை தருவாயே....."

இப்பாடல் வரிகளின் மூலமாக ஃபக்கீர் இறைவனின் சிறப்பைப் புகழ்ந்து பாடுவதோடு அருளினையும், சிறந்த வாழ்வினையும் தமக்கு அளிக்க வேண்டும் என வேண்டுகிறார். இப்பாடலைக் கேட்கின்ற மக்களுக்கும் இத்தகைய எண்ணம் உருவாக வேண்டும் என்ற நோக்கத்தோடு இப்பாடல் பாடப்படுகின்றது.

நபிமார் மீதான பாடல்:

இறைவனுக்கு அடுத்த நிலையில் இறைத்தூதராகிய நபிகள் மீதும் ஃபக்கீர்கள் புகழ்மாலைப் பாடுகின்றனர்.

"இறைத்தூதுவர்களை நபிமார்கள் என்பர். மனித இனத்திலிருந்து சிலரைத் தேர்ந்தெடுத்து, அவர்களைத் தமது தூதுவர்களாக இறைவன் அனுப்பியுள்ளார். இவர்கள் மனிதர்களை மேம்படுத்தி, இறைவனின் தேவையை எடுத்துக்கூறி, இறை தந்த வேதங்களை மக்கள் மத்தியில் பரப்பி வருதலையே தமது கடமையாகக் கொண்டிருந்தனர். ஆதம் அவர்கள் முதல் நபியாகவும், முகம்மது நபி அவர்கள் இறுதி நபியாகவும் கொள்ளப் படுகின்றனர். 'இதுவரை அனுப்பிய ஒரு லட்சத்து இருபத்து நான்காயிரம் நபிமார்க்கு நபிநாயகம் (ஸல்) இறுதி நபியாய் விளங்குபவர் என்பர்' இதன்மூலம் முகம்மது நபி(ஸல்)

அவர்களே இஸ்லாத்தின் இறுதி இறைத்தூதர் என்பது புலனாகிறது”

இஸ்லாம் சமயத்தினர் இறைவனால் அருளப்பட்ட திருமறையைப் பின்பற்றுபவர்களாகவும், இறைவனின் அன்பிற்குரியவரான முகமது நபி(ஸல்) அவர்கள் கூறிய பொன்மொழிகளைப் பேணி ஒழுகுபவர்களாகவும் இன்றும் இருந்து வருகின்றனர். அம்முறையில் இறைவன் இம்மண்ணுலகில் நபியைப் படைத்த சிறப்பு, முகம்மது நபி இவ்வுலகில் மனிதர்களை நேர்வழிப்படுத்திய சிறப்பு, இகலாம் சமயத்திற்காக அவர் ஆற்றிய தொண்டு ஆகிய பல சிறப்புக்கள் காணப்படுகின்றன. இந்நிகழ்ச்சிகளில் குறிப்பிட்ட ஒன்றை மக்களுக்கு எடுத்துரைக்கும் நோக்கத்துடன் புகழ்மாலைப் பாடல்கள் பாடப்படுகின்றன.

“கருணையாளனாகிய அல்லாஹ்வின் பேரொளியினால் படைக்கப்பட்டு அவனருளையும், அன்பையும் முகம்மது நபி பெற்றார். இம்மண்ணில் முதன்முதலாக ஆதம் நபியை மனிதனாக அல்லாஹ் படைத்தார். அந்த வழிமுறையில் வந்த முகம்மது நபி மதப்பிரச்சாரத்தின் போது எதிர்நின்ற பகைவர்களை எல்லாம் விரட்டி வென்றவரானார் என்றும், இறைவனால் அருளப்பட்ட திருமறை திருக்குர் ஆனின் சொற்படி முகம்மது நபி ஆட்சி புரிந்தார். அத்தகைய நபி காட்டிய வழியை மனத்தில் நிறுத்தி ஓதுவார்க்கு நேர்வழியை அருளக்கூடியவர் என்றும், முகம்மது நபியின் தாய் தந்தையராகிய ஆமீனா, அப்துல்லாஹ் இருவரும் குழந்தை வேண்டி நோன்பு நோற்றிருக்கும் நாளையில், அல்லாஹ் எட்டு சுவர்க்கங்களையும் ஒன்று சேர்த்தாற் போன்று ஆமினாவின் வயிற்றில் முகம்மது நபியை ஒளியாகப் படைத்தான் என்றும், முகம்மது நபியின் மேனி என்றும் மாறாத மணங்கமழும் செந்தாமரையின் மலரைப்போன்ற தூய்மையான நிறத்தினை உடையது என்றும் பொருள்பட ஃபக்கீர்கள் பாடுகின்றனர்”

“ஆதி ரஹ்மத்தானை எட்டு சுவர்க்கத்தையும்
பரிவித்து அழைத்த நபியே
மாறா மணங்கமழும் மேனி நபியே
தூய வஹ்துல் நல் நபியே.....”

என்ற இவ்வரிகள் மேற்கூறிய கருத்துக்களை உள்ளடக்கிய ஃபக்கீர் பாடல். மற்றுமொரு பாடலில் ஃபக்கீர் தம் நீண்டநாள் ஆசையை முகம்மது நபி தம்முடைய கனவில் வந்து நிறைவேற்றித் தரவேண்டும் என்கிறார்.

'இஸ்லாத்தில் கடமையைக் கருத்தாகக் கொண்டு பணி செய்துவந்த முகம்மது நபியே! நீங்கள் என்னுடைய கனவில் வரவேண்டும் என்பது நீண்டநாள் ஆசையாகும். அவ்வாறு கனவில் வரும் போது, எனக்கு உண்மையை நிலைநாட்டக்கூடிய அன்பையும், உயர்வையும் அளிக்க வேண்டும் என்றும், கொடையாளரான முகம்மது நபி அவ்வாறு கனவில் வந்து விட்டால், எனக்கு விருதினையும் வழங்க வேண்டும் என்றும் பாடுகின்றனர்.'

"வரவேணும் எனதாசை மகமூதரே
கனவில் வரவேணும் எனதாசை மகமூதரே
வந்தால் விருது தரணும் வள்ளல் நபிநாயகமே"

என்ற வரிகள் மூலம் முகம்மது நபியிடம் ஃபக்கீர் தம் விருப்பத்தைக் கூறுகிறார்.

ஆகாயம் எனும் இம்மண்ணுலகில் எல்லோருக்கும் தாயாகின்ற முகம்மது நபியை வணங்குவதால், என்னுடைய உள்ளம் தெளிவடைகிறது. அதனால் கனவில் வரவேண்டும் என்றும், உலகத்திற்கு எல்லாம் மையமாக விளங்குகின்ற மக்கா நகரத்தில் மனதிற்கு இனிமையாக ஆட்சி செய்தவரே, இறைவனின் அருள் பெற்று வந்த நபியே நான் வளம் பெறுவதற்கு நீங்கள் என்னுடைய கனவில் வரவேண்டும். அதுவே என்னுடைய ஆசையாகும். இஸ்லாம் எனும் மார்க்கத்தை உலகிற்கு தந்தவர் முகம்மது நபியாவார். முகம்மதே உமது திருமுகத்தைத் தினமும் பார்க்க விரும்புகிறேன். அதனால் நான் ஆடிடாமல் உன்னருள் வேண்டி பாடிய வண்ணம் நிற்கின்றேன். எனது ஆசை நிறைவேற கனவில் வரவேண்டும் என்றும் போற்றிப் பாடுகின்றனர்.

"ஆடிடாமல் பாடினேனே
அடியேன் பேரு டேப்புதாசன்
திருநபி உமதிரு வனமலர் அணிதினம்

தீர்க்க கரசரே, திருநபி நீரே
தீன் நபி தீன் முஸ்தாபாவே...."

இவ்வரிகள் வாயிலாக, உன்னுடைய வாசலில் எத்தனையோ மனிதர்கள் அருள் வேண்டி நிற்கின்றனர். அவர்களுள் நானும் ஒருவனாக உன் புகழ் பாடி நிற்கின்றேன். எனக்கும் அருள் தரவேண்டும் என்று நபியின் புகழ் பாடுவதைக் காண்கிறோம். மேலும் இப்பாடல் மூலம் ஃபக்கீர்கள் கனவில் நம்பிக்கை கொண்டவர்கள் என்பதையும் உணர முடிகிறது.

அவுலியாக்கள் மீதான புகழ்மாலைப் பாடல்கள்:

இஸ்லாம் சமயத்தில் நபிமார்கள் பெற்ற சிறப்பிற்கு அடுத்த நிலையில் இறைநேசர்களாக அவுலியாக்கள் இடம்பெறுகின்றனர். இறைநேசர்களைக்குறிக்கும் அரபுச் சொல்லான 'வலி' என்பது நெருங்கியவர்கள், நண்பர்கள் என்ற பொருளில் குர்ஆனிலும், நபிமொழிகளிலும் பல இடங்களில் கையாளப்பட்டுள்ளன.

"தன்னை அறிந்து, தன் இறைவனையும் அறிந்து அவ்விறைவனின் பேரருளை அன்பை நாடி முற்றாகத் தங்கள் வாழ்வை இறைவனுக்கு அர்ப்பணித்தவர்கள் இறைவனின் நேசர்களாவர். இவர்கள் இறைசன்னிதானத்தை எட்டி ஒளித்திரையை விலக்கி, உள்ளொளியைப் பெற்று இறைவனின் தொடர்பை எப்போதும் நாடியிருப்பார்கள். அவனுக்கு நெருங்கியவர்கள் என்ற பொருளில் 'இறைநேசர்' என்ற சொல் பயன்படுத்தப்படுகிறது".

இஸ்லாத்திற்கு அவுலியாக்கள் ஆற்றிய சமயப்பணி குறித்தும் ஃபக்கீர்கள் பாடுகின்றனர். அவுலியாக்களில் முதன்மை இடத்தைப் பெற்றவரான முகைதீன் அப்துல்காதர் ஜீலானிக்கு குரு வணக்கமாகவும் பாடல் பாடுகின்றனர்.

'அவுலியாக்களில் எல்லோருக்கும் முதன்மையானவராக விளங்குகின்ற என் குருவாகிய முகைதீனே! இவ்வுலகில் உங்கள் பாதம்! வணங்கி புகழ் பாடுவேன். என் குருவே! என்னுடைய பழக்கத்தில்! என்ன குற்றம் கண்டதால் நான் உங்களை அழைத்தும் வராமல் இருக்கின்றீர் என்றும், முகைதீனே! கைக்கு எட்டாத கனி போன்று மிகத் தொலைவில் இருக்கிறீர்கள். நான் உங்களை வந்து அடைவதற்கு முன் கெட்ட விதி

வந்து என்னைத் தடுத்து விடுமோ என்று அஞ்சுகின்றேன். எனவே அதற்கு முன்னதாக எனக்கு நல்லருளைத் தர வேண்டும் என்றும், ஏழையாகிய நான் இல்லறம் எனும் இல்வாழ்க்கையிலும், ஆன்மீக வாழ்க்கையிலும் நன்மையைப் பெற்று உயர்வடைய கையேந்தி கண்ணீரோடு உங்களை நான் தேடுகிறேன். என் குருவாகிய முகையதீனே அருள் தர வேண்டும் என்ற பொருள்பட பாடுகின்றனர்.

>"நான் இல்லறத்தில் நன்மை பெற நாடினேன்
>இந்த இல்லறத்தில் மேன்மை பெற நாடினேன்
>யாமுகையத்தீனே உங்களை நான் தேடினேன்!
>ஏழை கை எடுத்து கண்ணீரோடு மேவினேன்
>யான் கை எடுத்து கண்ணீ ரோடு மேவினேன்....."

இப்பாடல் வரிகளில் முகைதீன் அப்துல்காதர் ஜீலானியின் பெருமையைப் ஃபக்கீர்கள் பாடுவதோடு, தங்களின் வறுமை நிலையினையும் மக்களுக்குத் தெரியப்படுத்துகின்றனர்.

மக்கள், அவுலியாக்களை மக்கள் வணங்குவதனால் கிடைக்கக்கூடிய பேறுகளையும், சிறப்புகளையும் ஒரு பாடலில் எடுத்துக்காட்டுகின்றனர்.

"சந்தனம், பூச்செண்டு, பூ முதலிய நறுமணப் பொருட்களைச் சூடி அவுலியாக்களின் பாதத்தினை வணங்கினால் உங்களிடத்துள்ள இருள் தீர்ந்து அருள் கிடைப்பதோடு, நல்ல வாழ்க்கையும் கிடைக்கும் என்றும், திருமறை குர்ஆனிலே 'அ' என்ற சொல்லிற்கு அவுலியா என்று பொருள் உரைத்துள்ளனர். அதனாலேயே அமைதியான வாழ்க்கையை மேற்கொண்டவர்களாக சூஃபியாக்களும் உலகிற்கு வந்தனர். எனவே நீங்கள் அவுலியாக்களின் பாதத்தை நாடினால், உங்கள் மனது ஒளிவீசும் என்றும் பாடுகின்றனர்."

அவுலியாக்களின் அற்புதச் செயல்கள் பலவற்றைக் கண்டு ஆடுகின்ற பேய்கள் பயந்து ஓடிவிடும், அவர்களுடைய சக்தியினால் உங்களைப் பிடித்திருக்கின்ற நோய்களும் தூர விலகிவிடும். அவுலியாக்களின் உடல் என்றுமே இம்மண்ணில் மடியாது. அதனால் நீங்கள் அவுலியாக்களின் பாதத்தை நாடிச்செல்ல வேண்டும் என்று பாடுகின்றனர்,

"சந்தனம் பூச்செண்டு சூடு
ஒலிமார்கள் பாதம் நாடு
ஆடும் பேய்கள் அரண்டு ஓடும் அற்புதமே கண்டு
சூனிய நோய்கள் கழன்று ஓடும் சூட்சிதனைக் கண்டு
ஒலிமார்கள் உடல் என்றும் மடியாது மண்ணிலே....."

இவ்வாறாக, அவுலியாக்களிடத்தில் காணப்படுகின்ற அற்புதங்கள் பலவற்றை மக்களுக்குத் தெரியப்படுத்தும் வகையில் பாடுகின்றனர் அவ்வாறு பாடும் பொழுது ஃபக்கீர்கள், இஸ்லாமியக் கொள்கையினின்று மாறுபட்டு இறைநேசர்களின் பாதங்களை நாட வேண்டும் எனக்கூறுவதையும் காணமுடிகிறது.

தத்துவப்பாடல்களில் நிலையாமைக் கோட்பாடுகள்:

ஃபக்கீர்கள் பாடும் தத்துவப்பாடல்கள் யாவும் இஸ்லாம் சமயத்தின் அடிப்படைக் கோட்பாடுகளான வினை, உயிர் பற்றிய கருத்துக்களை அடிப்படையாகக் கொண்டு அமைந்து விளங்குவதைக் காணலாம்.

யாக்கை நிலையாமை பற்றிய பாடலில், மனிதன் பிறந்தது முதல் இறக்கும் வரை அடையக் கூடிய இன்பதுன்பங்கள் யாவும் அவனுடைய மனநிலையைப் பொறுத்தே அமைகின்றது என்பதை சுட்டிக் காட்டுகின்றது. மற்றும் மனிதனின் இளமைப் பருவம் என்றும் நிலைத்து இருப்பதில்லை என்றும் வலியுறுத்திக் கூறப்படுகிறது.

'உலகத்தில் மனிதன் பிறந்தவுடன் தன்னுடைய இரண்டு கால்களோடு இரண்டு கைகளையும் சேர்த்து நான்கு கால்களாகக் கொண்டு நடக்கின்றான். சற்று வளர்ச்சியடைந்து விட்டால் தன்னுடைய இரண்டு கால்களை மட்டும் கொண்டு நடக்கின்றான். வயது முதிர்ச்சியான காலத்தில் தன்னுடைய உடலைத் தலைநிமிர்த்தி நடப்பதற்கு, தன் இரண்டு கால்களோடு மூன்றாவது காலாக ஊன்று கோலையும் பயன்படுத்துகின்றான், அதே மனிதன் இம்மண்ணுலகை விட்டுத் தன்னுடைய வாழ்க்கை முடிந்த நிலையில், இறைவன் அவனை, அழைக்கின்ற பொழுது எத்தனை கால்கள் கொண்டு நடக்கப்போகிறான் என்பதை உள்முகமாகப் பாடுகின்றதை ஒரு பாடல் உணர்த்துகிறது.

"தவழ்ந்து நடக்கையிலே நான்கு கால்களடா
தனித்து நடக்கையிலே இரண்டு கால்களடா
தளர்ந்து நடக்கையிலே மூன்று கால்களடா
தலைவன் அழைக்கையிலே எத்தனை கால்களடா......

'ஒவ்வொரு மனிதனுக்கும் மனத்தின் கால்கள் ஒழுங்கான வழியில் சென்றால், அம்மனிதனின் கால்கள் ஒழுக்கமான வாழ்க்கையை நோக்கியே நடக்கும். அதாவது, ஒருவன் தன் எண்ணத்தை நல்வழியில் பயன்படுத்தினால் அவன் வாழ்க்கையும் நல்லமுறையில் அமையும் என்றும், உலகத்தில் ஒவ்வொருவரும் உன்னுடையது, என்னுடையது என்று பொருளின் மேல் கொள்ளும் ஆசைகளைத் துறந்தால், உலகத்தில் வாழ்க்கை எனும் கால்களும் அமைதியடையும்' என்பதை

"உனது எனது சண்டை ஓய்ந்தால்
உலகத்தின் கால்கள் அமைதியடா"

என்ற பாடல் மூலம் விளக்குகின்றனர். 'நம் முன்னோர்கள் சென்ற பாதையைப் பின்பற்றினால் நமக்கு நன்மையைத் தரும். தவிர்த்து மாறான வழியில் செல்வார்க்குத் துன்பத்தை அளிக்கும். எனவே மனிதனின் ஆசை எனும் மனக்கால்கள் மாறிடும் பொழுதுதான், அவனுடைய வாழ்க்கை எனும் கால்களும் பாதை மாறுகின்றன. ஒருவன் தன் மனத்தினில் எழும் ஆசை எனும் கால்களைக் கட்டுப்படுத்தி வாழ்ந்தால், அவனுடைய வாழ்க்கை எனும் கால்கள் அமைதியடையும்' என்பதை நம் மனதில் பதியச் செய்கிறது இப்பாடல்.

செல்வம் நிலையாமை:

உலகில் மனிதனாகப் பிறந்த எல்லோரும் இவ்வுலகை விட்டு கண்டிப்பாக ஒருநாள் நீங்கியாக வேண்டும். மனிதனின் வாழ்க்கையே நிலையில்லாத பொழுது, அவன் தேடி அலைந்த செல்வங்கள் யாவும் நிலைத்து நிற்பதில்லை. இறுதியில் அவன் கொண்டு செல்வதும் இல்லை. அந்நிலையில் செல்வம் தேடுவதிலேயே தன் வாழ்க்கையைக் கழித்து விடாமல் இறைவன் மீதும் எண்ணம் கொண்டு, அவன் புனித நாமங்களைச் சொல்லுமாறு வேண்டுவதாக ஒரு பாடல் அமைந்துள்ளது.

ஃபக்கீர், தம்முடைய விருப்பத்திற்கேற்றவாறு சென்ற மனத்தினைப் பக்குவப்படுத்தி, செல்வ நிலையாமையைப் பற்றி தன்னுடைய நெஞ்சிற்கு சொல்வதாக அமைந்துள்ளதைக் காணலாம்.

'உண்மை எது? பொய் எது? என்று அறியாத என்னுடைய மனமே. இம்மண்ணுலகில் ஆதம்நபியின் வழிமுறையில் வந்த நூஃகூநபியும் 110 ஆண்டுகள் வாழ்ந்திருந்தும் பின் உயிர் பிரிந்து சென்றதையும், வானளாவிய கோட்டைகள் யாவும் இடிந்து மண்ணோடு மண்ணாகக் கலந்ததைப் பற்றியும் மனமே நிச்சயமாக நீ ஒரு நாள் அறிவாய் என்றும், நீ இந்த உலகத்தில் பாடுபட்டுத் தேடி வைத்த செல்வங்கள் யாவும் உன்னுடைய உயிர் போனதற்குப் பின்பு கண்டிப்பாக உதவாது.எனவே இந்த உடலை விட்டு உயிர் பிரிவதற்கு முன்னால் உன்னுடைய முடிவை எண்ணி முன்னோர்கள் சென்ற நல்வழிப் பாதையை மனதில் நிலைநிறுத்த வேண்டும் என்று வலியுறுத்திப் பாடுவதை அவர்களின் பாடல் கொண்டு அறியலாம்.'

"மாடியும் மனையும் மறுமை வராது
தேடிய லாபம் உனக்குதவாது
மூச்சோடிப் போகும் முன்னே
முடிவை எண்ணு இந்நாளில்
முன்னோர்கள் தன்னை நாடு கல்ஃபில்......."

'உலகில் உள்ள கடினமான பாறை, மலைகள் அனைத்தும் பஞ்சாகப்பறக்கின்ற பொழுது நீ வணங்குகின்ற இறைவனுக்கு நிகரானதொரு இடம், பொருள், செல்வம் எதுவுமில்லை என்பதை உறுதியாக நீ ஒருநாள் அறிவாய். எனவே இவ்வுலகில் வாழ்கின்ற சில நாட்களிலாவது திருமறையாகிய திருக்குர் ஆனில் கூறப்பட்டுள்ள நீதிகளைக் கேட்டு, அதன்படி வாழக்கற்றுக்கொள் என்றும், உலகத்தில் உள்ள பொருட்களின் மீது அளவில்லாத ஆசை கொண்டு வாழ்ந்தால் இறைவனுக்குப் பிடிக்காது. இஸ்லாம் சமயம் கூறும் கொள்கை யாவும் உண்மையில் இருந்து பிறழாது. எனவே உண்மை எது? பொய் எது? என்று அறியாத மனமே இப்பொருள் மேல் கொண்ட பற்றினை எல்லாம் நீக்கி, இறைவன் மேல் கொண்ட பற்றினை நிச்சயம் ஒருநாள் அறிவாய் என்றும் பாடுகின்றனர்."

"திருக்குர்ஆனின் குரலோசைக் கேளு
அளவில்லா ஆசைகொண்டால் அப் பூதிக்கு ஆகாது
தீன் கூறுவது வாய்மை கொண்டு தப்பாது........" (14)

இப்பாடல், ஃபக்கீர் தன்னுடைய நெஞ்சிற்குக் கூறுவது போல இருந்தாலும், இவ்வுலகத்தில் சமயக்கடமைகளை மறந்து பொருளாசை கொண்டு திரியும் மக்களுக்கு எடுத்துக் கூறுவதாகவே அமைகிறது.

உயிர் நிலையாமை (மரணம் உறுதி):

இஸ்லாம் சமயம் மரணத்தை வலியுறுத்துவதில் மிகப் பற்றுடையதாகக் காணப்படுகிறது. இந்தியச் சூழலில் பெரும்பாலான சமயங்களில் மரணத்திற்குப் பின்பும் மறுபிறப்பு உண்டு என்று வலியுறுத்த இஸ்லாம் சமயம் மரணத்திற்குப் பின்பு எந்தவொரு பிறப்பும் கிடையாது என்கிறது. ஒருவருக்கு மறுமை வாழ்வு என்பது இறைவுலகில் தான் உண்டு. அதாவது அவர் இவ்வுலகில் செய்த நன்மை தீமைகளைப் பொறுத்து கியாமத் நாளில் (இறுதித் தீர்ப்பு நாள்) கேள்வி கணக்கு கேட்கப்படும். அதனைக் கொண்டு ஒருவருக்கு சுவர்க்கம், நரகம் நிச்சயிக்கப்படும். இக்கருத்தினை விளக்குவதாக 'மரணவிளக்கம் என்ற தலைப்பில் பாடல் ஒன்றும் ஃபக்கீர்கள் பாடுகின்றனர்.

'உலகத்தில் இரண்டு கோடி ஆண்டுக்கு இருந்து வாழ்ந்து, மரணம் என்பதே கிடையாது என்று நினைத்து மகிழ்ச்சியாக வாழ்ந்தாலும், எமன் எனும் வானவர்கள் உன்னுடைய மரணத்தை மறந்து இருந்துவிட மாட்டார்கள். தான் வாழ்கின்ற ஊரில் பேதியின் வடிவமாக மரணம் வந்தது என்று ஓடி, கருங்கல் கோட்டைக்குள் துளை செய்து வாழ்ந்தாலும் மரணம் – உன்னை விட்டு விடாது என்றும், கணக்கிலடங்காத அரசர்களைக் கைக்கொண்டு கடலும் மலையும் கடந்து சென்று தன் நோய்க்காக இதுவரை உண்ணாத மருந்தை உண்டு வாழ்ந்து, மந்திரக்காரர்களுடன் கூடித் திரிந்து வேதம் முதலான நூல்களைக் கற்றுத் தூக்கிக் கொண்டு திரிந்தாலும் மரணம் உன்னை விட்டுவிடாது என்றும் பாடுகின்றனர்.'

"மரணம் விடாது
எமன் மலக்கென்னும் மௌத்

உன்னை மறந்து விடாது
இருகோடி வயதுக்கு நீ இருந்து ஆண்டாலும்
இபுராஹிம் நபி சொல்லை நீ எழிலாகக் கேட்டாலும்
சாவது பொய்யென்று சந்தோஷம் கொண்டாலும்
சாகமாட்டோமென்று சாட்டிக் கழித்தாலும்.....(15)

'நாம் வாழ்கின்ற இந்த உலகத்தை விட்டு 'கப்ரு' எனும் மண்ணறைக்கு ஒருநாள் சென்றாக வேண்டும். அப்பொழுது இவ்வுலகத்தில் ஆசையாகச் சேர்த்து வைத்த பொருட்கள் யாவும் கூட வருவதில்லை. நாம் இறந்த பின்பு சொந்தம் என்று சொல்லிக்கொள்ள நிலையாக இருக்கக்கூடியது மண்ணறை ஒன்றேயாகும் என்றும், நாம் வாழ்கின்ற இவ்வுலகம் யாருக்கும் நிலையில்லாதது. இவ்வுலகத்தில் தங்கி நீண்டநாள் வாழ்ந்தவர் யாருமில்லை. எனவே இந்த உலகத்தை நம்பி வாழ்கின்றவர்களின் வாழ்க்கை மோசமாகவும், இறைவனை நம்பி வாழ்கின்றவர்களுக்கு மறுவாழ்வில் அங்கு சுகமும் கிடைக்கும் என்றும் பாடுகின்றனர்.'

"இந்தத் துன்யாவை நம்பின பாவிகள் மோசமே
அந்த ஆகிரத்தை நம்பினோர்க்கு அங்கு பாசமே...."

'நாம் இறக்கின்றபொழுது அடையக்கூடியத் துன்பத்தைப் போன்று – இவ்வுலகில் வேறு துன்பம் இல்லை. நம் உயிர் பிரியும் நேரத்தில் தண்ணீர், தண்ணீர் என்று கதறிக் கண்கள் இரண்டும் வந்து வந்து போகும். அந்த நேரத்தில் இப்பொழுது கத்திப் பேசுகின்ற நாக்கு கத்தாமல் நின்று விடும். பொருளுக்காகத் தேடி அலைந்த இரண்டு கை, கால்களும் ஒடுங்கிக் கிடக்கும் என்றும் எலந்தம் பழமரத்தில் முள்ளில் துணியைப்போட்டு எடுத்தால் எவ்வாறு காணப்படுமோ, அதனைப்போன்றே 'சகராத்' எனும் உயிர் பிரியும் நேரத்தில் துன்பம் அடைவோம் என்றும், நமக்கு இந்நாளில் கோழியை அறுத்து சாறு பிழிவது லேசாக இருக்கும். ஆனால் மறுமை நாளில் நாம் செய்த நல்வினை தீவினைக்கேற்ப மலக்குகள் (வானவர்கள்) நம்மைச் சாறாக பிழிவார்கள் என்றும், நாம் எங்கு ஓர் இடத்திற்குச் சென்றாலும் திரும்பி வருவோம் என்று எண்ணுவோம். ஆனால் இவ்வுலகை விட்டு சென்றால் யாரும் திரும்பி வரப்போவதில்லை என்றும் பாடுகின்றனர்.'

"அடே.....
எங்கும் போய் திரும்பி வருவோமென்று எண்ணுவோமே
இறந்து போனால் துன்யாவுக்கு திரும்பி
வருவதும்தான் சொல்லுமே......."17

இப்படி ஃபக்கீர்கள் தன் பாடலில் மரணத்தின் தன்மையையும், உயிர் பிரிகின்ற நிலையில் நாம் அடையக்கூடிய வேதனைகளையும் எடுத்துக்கூறுகின்றனர்.

இது போன்று இறந்த உடல் தன்னைச் சுற்றியுள்ள சுற்றத்தார்களைக் கண்டு பேசுவது போன்றும் பாடுகின்றனர்.

'தன்னைச் சுற்றி உட்கார்ந்து அழக்கூடிய மக்களைப் பார்த்து, இந்த உலகில் எனக்கு முன்னால் பலர் இங்கிருக்கையில் மரணம் எனக்கு ஏது என்று நினைத்திருந்தேன். என்னை விட இரக்கமற்றோர் இங்கு இருக்கும் பொழுது, கூட்டுக்கிளியைப் பூனைப் பிடித்தது போன்று இறைவனுடைய மலக்குகள் என் உயிரைப் பிடித்து விட்டனர். என்னுடைய சுற்றத்தார்களே! நீங்கள் என்னைச் சுற்றி அழுவதனால் அடையக்கூடிய நன்மை ஒன்றுமில்லை. எனவே என்னுடைய மரணத்தை மறந்து, இப்பொழுதாவது உங்களுடைய மரணத்தை நினைத்து இருங்கள். என் முன்னால் உட்கார்ந்து அழுவதனால் அல்லாவிடத்தில் எனக்குத்தான் துன்பம் அதிகம். என்னிடத்தில் காசு இருந்த காரணத்தால் கதறி அழ வந்தீர்களா? இப்பொழுது காசை எல்லாம் இழந்து மண்ணறைக்கு செல்கின்றேன். கதறி அழாதீர்கள் என்றும் பாடுகின்றனர்'

"காசிருந்த படியாலே கலந்தழ வந்தீர்களா
காசிழந்து கப்ரூ போறேன் கதறி நொந்தழாதீர்கள்" (14)

ஃபக்கீர்கள் தம் 'மரணவிளக்கம்' என்ற பாடலில், மனிதனுக்கு வரக்கூடிய மரணத்தைப் பற்றியும், அம்மரணத் தருவாயில் அவன் யாவற்றையும் இழந்து அவதிப்படும் முறையையும் விளக்குவதோடு, இறைவன் ஒருவனே மரணத்துக்குப் பின் மனிதனுக்குத் துணைநிற்பவன் என்பதை வலியுறுத்தி மக்களை மரண பயத்தின் மூலம் இறைவழிபாட்டில் ஈடுபடச் செய்கின்றனர்.

நீதிப்பாடல்கள்:

ஃபக்கீர்கள், தம் பாடல்களில் நீதிக்கருத்துக்களை மக்களுக்குக் கூறும் விதத்தில் 'பெண்புத்திமாலை' என்ற பாடலைப் பாடுகின்றனர். இஸ்லாம் சமயத்தில் உள்ள ஐம்பெரும் கடமைகளை நிறைவேற்றுவதால் அடையக்கூடிய நன்மைகளையும், அதனை மறந்து இருப்பவர்க்கு ஏற்படக்கூடிய தீமைகளையும், மறுமை நாளில் அவருக்கு அளிக்கப்படும் தண்டனை பற்றியும் பாடுகின்றனர்.

'பெண்புத்திமாலை' என்ற பாடல் தாய், மகள் என்ற இரு பாத்திரங்களின் உரையாடல் போன்று அமைகின்றது. தாய், தன் மகளை ஷரீஅத் சட்டத்திற்கு உட்பட்ட ஒழுக்கமான முறையில் வளர்க்கிறாள். பின் அத் தாய் இறந்ததும் அப்பெண் சட்டத்திற்கு மாறான வழியில் சென்று வாழ்கிறாள். இவ்விருவரும் தாம் செய்த நல்வினை, தீவினைகளுக்கேற்ப மறுமை நாளில் தாயார் சொர்க்கத்திற்கும், மகள் நரகத்திற்கும் செல்கின்றனர். சொர்க்கத் திலிருக்கும் தாய், நரகத்திலிருக்கும் மகள் படும் துன்பத்தைப் பார்த்து பேசுவதாகப் பாடல் அமைகிறது.

> "உச்சிதன்ன மூலதன்னே குருதின்ன வடிவதன்னா மகளே
> உன்னை உதைப்பதன்ன தூதர்
> நான் உயர்ந்த கொண்டை பூ முடிந்து
> ஒய்யாரமாய் திரிந்தேனம்மா - பாவி
> நான் திரிந்த பாவம் தாயே
> உன் தலைதன்னிலே நெருப்புச் சாட்டி
> தனலாக மலக்கு வைத்து எரிப்பதன்னா மகளே
> உன்னை அடிப்பதன்ன தூதர்
> சண்டாளி தலையை திறந்து
> தனிவழியே நடந்தேனம்மா-பாவி
> நான் நடந்த பாவம் தாயே....."(19)

இது பெண்களுக்குரிய ஒழுக்கமுறை பற்றிய கருத்துக்களைக் கூறுவதாக அமைகிறது. இஸ்லாம் சமயத்தில் பெண்கள் தலையில் துணியில்லாமல் நடப்பது மார்க்கச் சட்டத்திற்குப் புறம்பானதாகும். இக்கருத்தினையே இந்த பாடல் வலியுறுத்திக் கூறுகிறது.

இஸ்லாமிய சித்தர் (சூஃபி) பாடல்கள் :

ஃபக்கீர்கள் பாடும் பாடல்கள் யாவும் சமயக் கருத்துக்களைக் கூறுவதோடு நில்லாமல், சமய பெரியோர்கள் எழுதிய தத்துவம் பற்றிய பாடல்களையும் பாடுவதாக அமைகிறது. அவ்வகையில் இஸ்லாமியச் சித்தர் எழுதிய பாடல்களையும் ஃபக்கீர்கள் பாடுகின்றனர்.

"சித்துக்களில் வல்லமைப் பெற்றவரே சித்தர். சித்தன், சித்தம், சித்து, சித்து விளையாட்டு, சித்தாந்தம் என்ற சொற்கள் எல்லாம் 'சித்' என்ற வேரை அடிப்படையாகக் கொண்டு முகிழ்த்த சொற்கள் ஆகும். சித்தர்களைப் பற்றிக் கூறும்பொழுது பேராசிரியர் தெ.பொ.மீ. அவர்கள், 'கடவுளைக் காண முயல்பவர்கள் பக்தர்கள், கண்டு தெளிந்தவர்கள் சித்தர்கள்' என்று கூறுகின்றார். 'சித்து' என்ற சொல்லுக்கு மறைவை அறிதல் என்று ஒரு பொருள் கூறப்படுகின்றது' என்பார் செள. மதார்மைதீன்.

"தம் உடலையே கோயிலாக்கி, மூச்சையே வழிபாட்டாக்கி, உயிர்கள் எய்தும் இன்பத்தையே தாமெய்தும் வீடுபேறாக்கி இறைமையே வாழ்வாக்கி என்றும் இருப்பவர் சித்தர்" என்றும் கூறுகின்றனர்.

தமிழ்நாட்டுச் சித்தர்களின் வரிசையில் இஸ்லாமியச் சித்தர்களும் தங்களுக்கென்று தனியிடத்தை நிலைநிறுத்திக் கொண்டனர். அவர்களுள் குணங்குடி மஸ்தான் சாகிபு முதலிடம் பெறுகிறார். பதினெண் சித்தர்களில் ஒருவரான இடைக்காட்டுச் சித்தர் எழுதிய பாடல்களையும் ஃபக்கீர்கள் விரும்பிப் பாடுகின்றனர்.

குணங்குடி மஸ்தான் சாகிபு பாடல்:

குணங்குடி மஸ்தான் சாகிபு அவர்களின் இயற்பெயர் சுல்தான் அப்துல்காதிர். அவர் பிறந்த ஆண்டு ஹிஜ்ரி 1207 (கி.பி. 1783). பிறந்த ஊர் இராமநாதபுரம் மாவட்டத்தில் உள்ள குணங்குடி. 'மஸ்தான்' என்னும் பார்ஸிமொழிச் சொல்லுக்கு மையலுடையவர் என்பது பொருள்.

மஸ்தான் சாகிபின் பாடல்கள் எளிமையும் இனிமையும் கூடியவையாகும். இவருடைய அருட்பாடல்களில் உயரிய

தத்துவக் கருத்துக்கள் இடம்பெற்று விளங்குவதைக் காணமுடிகிறது. இறைவனை அடைவதற்கு உண்டான வழிமுறையை எளியமுறையில் கூறுவனவாக இவருடைய பாடல்கள் அமைந்துள்ளதால் ஃபக்கீர்கள் அவற்றை விரும்பிப் பாடுகின்றனர்.

மஸ்தான்சாகிபின் பாடல்கள் பின்வருமாறு விளங்குகிறது:

'பாவையாகிய இந்த உடலாவது இவ்வுலகை விட்டு பிரிந்து விடுவதற்கு முன்பாக, சூட்ச கயிறான இறைவனை நீ அறிய வேண்டும். இந்த உலகில் உள்ள பொருட்கள் யாவும் பொய்யானதே ஆகும். எனவே நம்முடைய கைக்கும், காலுக்கும் எட்டாத அந்த இறைவனைக் காணவேண்டும் என்றும், சாத்திர, தந்திர வேதம் பல நூல்கள் கற்று, சமய நெறிகளில் உயர்வு பெற்று வாழ்ந்தாலும் அல்லது பொய்த்தோற்றத்தில் பாத்திரம் ஏந்தி புறத்தில் திரிந்தாலும் எமன் உன்னை விட்டுவிட மாட்டான். எனவே அதற்கு முன்னதாக இறைவனைக் காணவேண்டும் என்று பாடுகின்றனர்.'

"சூத்திரப் பாவைக் கயிறற்று வீழுமுன்
சூட்சக் கயிற்றினைப் பாரடா-அதி
சூட்சக் கயிற்றினைப் பாரடா
சாத்திர வேதஞ் சதா கோடி கற்றாலும்
சமயநெறிகளில் ஆசாரம் பெற்றாலும்..."(22)

'உன்னுடைய மனைவி, மக்கள், சுற்றத்தார்கள் எல்லோரும் இருந்தாலும், இவ்வூரில் உள்ள மக்கள் யாவரும் உன்னைப் பணிந்தாலும், நீ தேடி வைத்த பெருஞ்செல்வங்களாலும் பயன் ஒன்றும் கிடையாது. ஏனென்றால், இந்த உடலிலிருந்து உயிராகிய இறைவன் பிரிந்து விட்டால், இந்த உடல் செத்த பிணமாகி விடும். அப்பொழுது சேர்த்து வைத்த பொருட்கள் யாவும் கண்ணுக்கு காணமால் போய்விடுவதோடு, இவ்வுடலை எத்தனை பேர் நின்று சப்தம் போட்டு அழைத்தாலும் எட்டாத வெகுதொலைவுக்குப் சென்றுவிடும். அதனால் இறைவனைக் காணவேண்டும் என்றும் பாடுகின்றனர்.'

"பெற்றாரும் பெண்டிரும் பிள்ளை யிருந்தென்ன
பேணும் பொருட் செல்வ லாணவத் தாலென்ன

கத்தன் பிரிந்திடச் செத்த சவமாச்சு
காணாது காணாது கண்ட தெல்லாம் போச்சு
எத்தனை பேர் நின்று கூக்குரலிட்டாலும்
எட்டாமல் போய்விடும் கட்டை யல்லோ இது..."(23)

இவ்வாறு தத்துவம் பொதிந்த இவருடைய பாடல்கள் ஃபக்கீர்களால் பாடப்படுவதைக் காணமுடிகிறது.

இடைக்காட்டூர் சித்தர் பாடல்:

இடைக்காட்டூர் சித்தர், மனிதனின் உடற்கூறு அமைப்பு பற்றி எழுதிய பாடலைப் ஃபக்கீர்கள் தம்முடைய எளிய நடையில் பாடி வருகிறார்கள்.

'மனிதனினுடைய உடம்பின் உச்சியிலிருந்து உள்ளங்கால் வரையிலும் மூன்றரைக் கோடி ரோமங்கள் உண்டு என்றும், மனித உடலுக்குள் ஒரு நாள் காலையிலிருந்து, மறுநாள் காலை வரை விடுகின்ற மூச்சானது 21,661 முறை சென்று வருகிறது என்றும், பஞ்ச பூதங்களாலான இந்த உடலோடு தொண்ணூற்றாறு தத்துவங்களையும் ஒன்றாகச் சேர்த்து, எண்ணத்தில் உதிக்கின்ற நினைவுகளை நல்ல வழிக்கே பயன்படுத்த வேண்டும் என்றும் பாடுகின்றனர்.'

"எண்ணி மூன்றரைக் கோடி பீத்த உடலுக்குள்ளே
இருபத்து ஓராயிரத்து அறநூற்று அறுபத்தோராடு
குறுக்க லாடு ஐந்து
குட்டி தொண்ணூற்றாறு
நெருங்கிப் படலச் சாத்தி நேராய் குடிசை கட்டி...." (24)

'உலகம் எனும் மந்தையில் ஆண்டவன் மனிதனை ஓர் ஆடாகவே படைத்துள்ளான் என்றும், மனித உடலை நிலம், நீர், தீ, காற்று, நெருப்பு ஆகிய ஐம்பூதங்களால் ஒன்றாகச் சேர்த்து உயிராகப் படைத்துள்ளான் என்றும், எனவே இந்த உயிரை எமன் கொண்டு செல்வதற்கு முன்னால் இறைவனுடைய அருளை நீ பெறவேண்டும் என்றும் பாடுகின்றனர்.'

"ஆடு கிடக்குது மந்தையிலே-இந்த
ஆடு கிடக்கு மந்தையிலே-ஐந்து
குட்டி கிடக்குது கூண்டுக்குள்ளே

குட்டி ஆட்டே நரி கொண்டோடி போகும் முன்னே
கூவொன்று கூத்தக் கோனாரே..."(23)

'உலகில் உள்ள எல்லா உயிரினங்களையும் படைத்து காக்கின்ற இறைவனே மனிதன் என்ற சக்திக்குள் உயிராகப் புகுந்து திரிகின்றான் என்றும், நம் உடலுக்குள் இருந்து கொண்டு நாம் செய்கின்ற ஒவ்வொரு காரியங்களிலும் கவனித்துக் கொண்டு இருக்கின்றான் என்றும், அதனால் இந்த உடலில் தோன்றுகின்ற எண்ணங்களை நல்ல வழிக்கே பயன்படுத்த வேண்டும் என்றும், மனிதனாகப் பிறந்த எவரும் இவ்வுலகில் நிலைத்து வாழ்ந்து விடுவதில்லை. என்றாவது ஒருநாள் இறைவனை அடைந்தாக வேண்டும் என்று பாடுகின்றனர்.'

"பொத்த லடைப்பட்ட சட்டி-அதில்
புகுந்து திரியுது பெரியாட்டுக் குட்டி
குத்தூசி நுழையாத சட்டி - அதில்
கோல்பிடித்து அலைகின்ற கோனாரைக் கெட்டி
ஆனந்தக்கோனாரே - பலராவாராம்.
ஆனந்தக்கோனாரே..."(26)

இப்பாடல் வரிகள் மூலமாக மனிதனின் உடற்கூறுகளையும், அவன் அடையக்கூடிய இன்பதுன்பங்களையும் இறுதியில் அவன் சேருகின்ற இடத்தையும் குறிப்பிட்டு மக்களுக்கு தெரியப்படுத்தும் வகையில் பாடி இருப்பதை அறியமுடிகிறது.

கதையுடன் கூடிய பாடல்கள்:

ஃபக்கீர்கள் பாடுகின்ற கதையுடன் கூடிய பாடல்களில், இஸ்லாம் சமயத்திற்கு சமயப் பணி ஆற்றிய பெரியோர்களின் வாழ்க்கையில் நடந்த சில முக்கியமான வரலாற்று நிகழ்ச்சிகளே மையக்கருத்தாக விளங்குகின்றன. இப்பாடல்கள் யாவும் பாட்டும் உரையும் கலந்த நிலையிலேயே முழுவதும் காணப்படுகின்றன.

ஃபக்கீர்கள் கதையுடன் கூடிய பாடல்களைத் தனிப்பாடல், பாடல்-உரைவிளக்கம், உரைவிளக்கம்- இடையிடையே பாடல், வினா-விடை பாடல் என நான்குவிதமான முறைகளில் பாடுகின்றனர்.

இப்பாடல் அமைப்பு முறைகளில் முதல் அமைப்பு முழுவதும் தனிப்பாடல்களாக அமைந்திருக்கும். 'பாடல்-உரைவிளக்கம்'

என்ற அமைப்பில் பாடலுக்கு முதன்மை கொடுத்து, அப்பாடலுக்கு உரைவிளக்கமாக வசனங்கள் இடம் பெற பாடுதலாகும். இதில் முதலில் பாடல்களைப் பாடி அதனைத் தொடர்ந்து அப்பாடலுக்கு உரைவிளக்கம் கூறுகின்றனர்.

'உரைவிளக்கம்-இடையிடையே பாடல்' என்பது பெரும் பகுதியை வசனங்களாகக்கூறி, இடையிடையே ஒரு சில இன்றியமையாத நிகழ்ச்சிகளுக்கு மட்டும் பாடல்களைப் பாடுவதாகும். இம்மூன்றும் தவிர்த்து தமிழ் இலக்கியங்களில் காணப்படுகின்ற அம்மானைப் பாடல்களைப்போன்று 'வினா-விடை' போக்கில் அமைந்து 'நூறுமசலா' என்ற பாடல் வகையினையும் பாடுகின்றனர். இதில் முற்பகுதி 'பாடல்உரைவிளக்கம்' என்ற அமைப்பிலும், பிற்பகுதியே 'வினா-விடை' போக்கிலும் அமைந்து காணப்படுகின்றது.

கதையுடன் கூடிய பாடல்கள் யாவும் நபிமார்கள், வலிமார்கள், பாத்திமாநாயகி, தனிநபர் பற்றிய வரலாற்றுக் கதை நிகழ்ச்சிகள் மட்டுமே பாடப்படுகின்றன. வரலாற்று நிகழ்ச்சிகளை ஃபக்கீர்கள் பாடுகின்ற பொழுது பொதுவாக 'சரித்திரம்' என்றே குறிப்பிடுகின்றனர்.

தனிப்பாடல்கள்:

இஸ்லாம் சமயத்தினரிடத்தில் இறைத் தூதர்களான நபிமார்கள் பெற்ற சிறப்பிற்கு அடுத்த நிலையில் இறைநேசர்களான அவுலியாக்களும் புகழ் பெற்று விளங்குகின்றனர். அவுலியாக்களும் நபிமார்களைப் போன்று மக்களுக்கு பல சமயப்பணிகள் ஆற்றியுள்ளனர். அவ்வகையில் மக்களிடத்தில் பெருமதிப்பு பெற்றுத்திகழ்பவர் 'நாகூர் ஆண்டவர்' என்று அழைக்கப்படும் 'சாகுல் ஹமீது ஆவார். இன்றளவும் தமிழ்நாட்டில் சாகுல்ஹமீது அவுலியாவின் பெயரால் பெரும்புகழ் பெற்று நாகூர் தர்கா விளங்குகின்றது. இவர் தம் வாழ்க்கையில் மக்களுக்குச் செய்த உதவிகளை ஒரு சிறப்பு நிகழ்ச்சியாகக் கொண்டு ஃபக்கீர்கள் தனிப்பாடல்களாகவும் பாடுகின்றனர்.

சாகுல் ஹமீது வரலாற்று நிகழ்ச்சி:

சாகுல் ஹமீது இறைவன் அருளினால் மக்களுக்கு செய்த தொண்டுகள் பல உண்டு. அவர் மன்னர்கள் உட்பட பலரின்

பிணியை நீக்கியவர். பல அற்புதங்கள் நடத்தியவர் ஆவார். அந்நிகழ்ச்சிகளுள் ஒன்று.

'ஒருநாள் நாகூர் கடற்கரை ஓரத்தில் தன்னுடைய முடியை சவரம் செய்து கொண்டு இருந்தார். அப்பொழுது கரையை நோக்கி வந்த கப்பலில் ஓட்டை விழ கப்பல் மூழ்க ஆரம்பித்தது. கப்பலில் உள்ள மக்கள் அனைவரும் சாகுல்ஹமீது அவர்களைப் பார்த்து காப்பாற்றுமாறு அழைக்க அவரும் தன் கையில் வைத்திருந்த கண்ணாடித் துண்டை அல்லாஹ்வின் பெயரைச் சொல்லி தூக்கி எறிந்தார். அது கப்பலின் துளையை அடைக்க அனைவரும் கரை வந்து சேருகின்றனர்.'

இந்நிகழ்ச்சியை முதன்மையாக்கி ஃபக்கீர்கள் பாடுகின்ற பாடல் இது:

"நாகூர் கடற்கரை ஓரத்திலே
நாதர் திருமுடி இறக்கும் பொழுது.....
அன்று மாலை இருக்கும் பொழுது
அன்று மாலை கருங்கடல் நடுவினிலே...
ஒரு கப்பல் அவதிப்படும் நேரத்திலே
கப்பலில் இருந்த மக்கள் எல்லாம்-எஜமானே
நாகூர் எஜமானே! என்று கையேந்தி துஆ கேட்டார்கள்."

மற்றும் மாணிக்காப்பூரில் பிறந்து வளர்ந்த சாகுல்ஹமீது தமிழ்நாட்டிற்கு வந்து தீன்பணி செய்த சிறப்பினையும், மன்னர்கள் பலரின் உயிரை மீட்டுக்கொடுத்த சிறப்பினையும், இந்துக்களிடத்தும் அற்புதங்கள் நிகழ்த்தி செல்வாக்கு பெற்ற சிறப்பினையும் ஃபக்கீர்களின் பாடல் கொண்டு அறிய முடிகிறது.

"தஞ்சை மாநகருக்கு வந்தவரே
தன்ராஜன் பிணியையும் தீர்த்தவரே
காராம் பசுவையும் கதறிட காரணத்தால் அழைத்தவரே
அண்ணலே காரணரே அண்ணலே பூரணரே
திருமால் ஊர்தனில் வந்தவரே
கருங்கல் தேரையும் ஓட்டியே வைத்தவரே
திருமலைச் செட்டியாரின் தற்கொலையை மீட்டித்தந்தீர்
அண்ணலே காரணரே அண்ணலே பூரணரே..."(23)

இவ்வாறாக, ஃபக்கீர்கள் சாகுல்ஹமீதின் வரலாற்று நிகழ்ச்சியைக் கதை கூறும் முறையில் எளிய பாடல்களாகப் பாடுகின்றனர்.

பாடல்-உரைவிளக்கம்:

பாடல்–உரைவிளக்கம் என்பதற்கு உதாரணமாக முகம்மது நபியின் தோற்றச் சிறப்பினைப் ஃபக்கீர்கள் பாடி, அப்பாடலுக்கு உரைவிளக்கம் கூறுவது இப்படி அமைகிறது.

முகம்மது நபி - (ஸல்) சரித்திரம்

இறைவனால் அனுப்பப்பட்ட இறைதூதர்களே நபியாவார். இறுதி நபியான முகம்மது நபியே இஸ்லாம் சமயத்தை நிலை நிறுத்தியவராவார். முகம்மது நபி மக்களுக்காகச் செய்த நிகழ்ச்சிகள் பல உள்ளன. இருப்பினும் இவ்வுலகில் முகம்மது நபி இறைவனால் தோற்றுவிக்கப்பட்ட சிறப்பினைத் தம் எளிய நடையில் பாடியிருப்பதைக் காணலாம்.

முகம்மது நபியின் தாய், தந்தையராகிய ஆமினா அப்துல்லா இருவரும் திருமணம் முடித்து பன்னிரண்டு ஆண்டுகள் குழந்தை செல்வம் இல்லாமல் இருந்தனர். இருவரும் குழந்தை வேண்டி நோன்பு இருந்தனர். ஒரு நாள் இரவில் ஆமினா ஒரு கனவு கண்டார்கள், அக்கனவில் எட்டு சுவர்க்கத்தையும் ஒன்று சேர்த்தது போன்று, தன் மடியில் குழந்தை இருப்பதைக் கண்டார்கள். பின் அக்குழந்தைக்கு அல்லாஹ்வே 'முகம்மது' என்று பெயர் வைத்து அழைக்குமாறு ஜிப்ரில்கள் வந்து கூறியதாக தன் கணவரிடம் வந்து கூறுகிறார். கனவும் நனவாகியது. அதன் படி குழந்தை பிறக்க 'முகம்மது' என்று பெயரிட்டு அழைத்தனர். இத்தகையதொரு முகம்மது நபியின் தோற்றம் பற்றிய நிகழ்ச்சியினைப் பல இஸ்லாமிய சமய நூல்களின் அறிஞர்களின் வாயிலாக அறிய முடிகிறது. இந்நிகழ்ச்சியை அடிப்படையாகக் கொண்டு ஃபக்கீர்கள் பாடி, அதற்கு உரைவிளக்கம் கூறுவதையும் இங்கு காணலாம்.

"ஆதிமுதல்வன் ஒளியே! ஒளியே முகம்மது ரசூலே!
அல்லாஹ்! ஜோதி மதி பொருளே! மன்றாடும்
சுவர்க்கப் பொருளே!
அல்லாஹ் விண்ணவர் கண்மணியே!

அல்லாஹ் வேதமதி கடலாம்.....
அல்லாஹ் செல்வ மகனாராம் நபி தீன்முகம்மதுவாம்
ஆமீனா அப்துல்லா இருவரும் அன்பாய் இருக்கையிலே
ஆமீனா நேந்திட்டு வர்றேன் என்று ஆமீனம்மா நெய்யில்
விளக்கேற்றி..."

என்று பாடுகின்றனர்.

ஃபக்கீர்கள், இப்பாடலுக்கு உரை விளக்கம் சொல்லும் போது பின்வருமாறு விளக்கம் தருகின்றனர்.

'சுபஹானல்லாஹ்' பட்டணத்திலே காபா ஷரீபுக்கும், மதினாவுக்கும் இடையே அண்ணாருடைய அன்னை ஆமீனா அவர்கள் பன்னிரண்டு வருடங்கள் குழந்தை இல்லாமல் இருந்தார்கள். அல்லாஹ் இடத்தில் பிரார்த்தனை செய்து கொண்டு இருந்தார்கள். செல்வர்கள் இல்லாமல் துஆ செய்தார்கள். காணிக்கை ஏந்தினார்கள். அப்படி இருக்கக்கூடிய நேரத்திலே, ஒருநாள் திங்கட் கிழமை இரவினிலே, ஆமினம்மா இஷா தொழுகைக்கு பின் நித்திரையில் தூங்கிக்கொண்டிருந்தார் என்று கூறுகின்றனர்.

"திங்கட்கிழமை நாளாம்
ஆமினம்மா நித்திரை ஆகும் போது
ஆமினம்மா நித்திரை ஆகும் போது
அந்த ஜிப்ரில்களும்
ஆமினம்மா கனவினில் கூறினார்கள்.
அம்மா எந்தன் ஆமினம்மா
தாயே! இன்புற்ற தாயகமே!
உங்கள் வயிற்றினில் உதிப்பவர்தான் முகம்மதுவாம்
அவர் பேரு முகம்மது என்று பெயரிட்டு அழைக்கச் சொன்னார்
அல்லாஹ்வும் பெயரிட்டு அழைக்கச்சொன்னார்..."

'சுபஹானல்லாஹ்' திங்கட்கிழமை அன்று ஆமினம்மா தூக்கத்தில் ஆழ்ந்திருந்த நேரத்தில், அல்லாஹ்வுடைய மலாயிகத்துமார்கள் கனவில் தோன்றி, அன்னையரே! உங்களுடைய வயித்திலே அல்லாஹ்! எம்பெருமான் (ஸல்) அவர்களை அனுப்பியுள்ளான். அவர்களுடைய பெயர்

'முகம்மது' என்று சூட்டவேண்டும் என்று ஜிப்ரில் கூறினார்கள்"
(30)

இவ்வாறு ஃபக்கீர்கள், முகம்மது நபி இம்மண்ணில் தோன்றிய வரலாற்றுச் சிறப்பினைப் பாடலாகவும், உரைவிளக்கமாகவும் பாடுகின்றனர்.

உரைவிளக்கம் - இடையிடையே பாடல்:

ஃபக்கீர்கள் நபிமார், அவுலியாக்களின் வரலாற்று நிகழ்ச்சியைப் பாடுவதோடு மட்டுமில்லாமல், பெண் குலத்தில் மிக உயர்வாகப் போற்றக்கூடிய "பாத்திமா நாயகி"யின் வாழ்க்கையில் நடந்த வரலாற்றுச் சிறப்பினையும் பாடுகின்றனர். மற்றும் 'சைத்தூன் கிஸ்ஸா' என்ற பெண்ணின் பெயரால் அமைந்த கதை நிகழ்ச்சியினையும் பாடுகின்றனர். இந்நிகழ்ச்சிகள் இரண்டையும் ஃபக்கீர்கள் உரைநடையில் கதையாகக்கூறி, இடையிடையே பாடல்வரிகளால் பாடியிருப்பதையும் காணலாம்.

பாத்திமா நாயகி வரலாறு:

இஸ்லாம் சமயத்தில் ஒருவருக்கு இவ்வுலகில் மறு பிறப்பு என்பது கிடையாது. அவர் செய்த பாவ, புண்ணியங்களைக் கொண்டே சுவர்க்கம், நரகம் மறுமை நாளில் நிச்சயக்கப்படுகிறது. இம்முறை ஆண், பெண் என்ற இருபாலருக்கும் உண்டு. அதனால் மறுமை நாளில் இறைவனிடத்தில் பெண்களுக்காக வாதாடுபவராக பாத்திமா நாயகி திகழ்கிறார். இந்நிகழ்ச்சிக்கு அவருடைய திருமணம் ஒரு காரணமாக அமைகிறது. எனவே அவருடைய சிறப்புகளைப் பாட வேண்டி ஃபக்கீர்கள் பாத்திமா நாயகி அவர்களின் திருமண நிகழ்ச்சியை உரை விளக்கமாகக் கூறுகின்றனர். இத்திருமண நிகழ்ச்சி உலகப்பெண்களுக்கு எடுத்துக்காட்டாக அமைய வேண்டும் என்ற நோக்கில் கூறப்படுகிறது.

இத்திருமண நிகழ்ச்சியை ஃபக்கீர்கள் தமது எளிய நடையில் உரைவிளக்கம் கூறி பாடிச்செல்வதை இங்கு காணலாம். இத்திருமண நிகழ்ச்சியின் ஒரு பகுதியே இங்கு காட்டப்படுகிறது.

“முகம்மது நபியின் மகளான பீவி பாத்திமாவின் பேரழகு வடிவும், நல்ல ஒழுக்கமும், உயர்ந்த பண்பும், அல்லாஹ்வுடைய பாசவிசுவாசமும், நம்பிக்கையும், ஈமான் உறுதியும், நல்ல அழகையும் தெளிவையும் கண்ட மதினாமாநகரத்து பெரும் செல்வர்கள் எல்லாம் மணமுடிக்க எண்ணினர்.”

‘மணமுடிக்க வேண்டுமென்று மனதில் எண்ணி
எங்க மகமூதர் நல்நபி இடத்தில் வந்து
வள்ளல் முகம்மது நபியிடம் வந்து அவர்கள்
வாய் திறந்து கேட்பதற்கு மனம் பதைத்தார்கள்’

பாத்திமாவை மணம் முடிக்க வேண்டும் என்று மதினா மாநகரத்து வாழ்ந்த பெரும் பெரும் செல்வர்கள் எல்லாம் அருமை நபியிடத்து வந்தார்கள். நபியிடம் பாத்திமாவை மணம் முடித்து கேட்க தயங்குகிறார்கள். ஒருநாள் அபூபக்கர் சித்திக் (ரலி) அவர்களும் உமர்கத்தாபு (ரலி) அவர்கள் இருவரும் சேர்ந்து வந்து முகம்மது நபியிடம் வந்து பெண் கேட்கிறார்கள். அருமை நபி அவர்களே! அல்லாஹ்வுடைய ரசூலே! தங்களுடைய மகள் பீவி பாத்திமாவை மணம் முடித்துத் தாருங்கள் என்று கேட்கின்றார்கள். இது கேட்ட நபி மௌனமாக இருக்கிறார்கள். இவ்வாறு வந்து கேட்கின்ற எல்லோருக்கும் பதில் சொல்லாமல் இருக்கிறார்கள்.

ஒருநாள் அபூபக்கர் சித்திக்(ரலி), உமர்கத்தாபு(ரலி) அவர்கள் இருவரும் ‘மஸ்ஜித் நபவி’ பள்ளியில் இருந்த ‘ஹஜ்ரத் அலியை பார்த்து, உங்களிடத்தில் நல்ல செய்தி ஒன்று சொல்ல வந்திருக்கிறோம்.

‘வீரம் பொருந்தியதோர் ஹஜ்ரத் அலியே!
நல்லதொரு செய்தி ஒன்று சொல்ல கேளும்’

வீரமிக்கவரே! அலியே! உங்களுடைய நபியின் மகளாகிய பாத்திமாவை அனைவரும் பெண் கேட்டு வாரார்கள். நீங்கள் போய் நபியிடம் கேளுங்கள், உங்களுக்குத் தருவார் என்று நம்புகின்றோம். அதனைக்கேட்ட ஹஜ்ரத் அலிக்கு பாத்திமாவை நமக்கு மணம் முடித்துத்தருவார்களா என்ற ஐயம் ஏற்பட்டது. பின் நபியிடம் செல்லலாம் என்று கூறுகிறார்கள்.

'அஸ்ஸலாமு அலைக்கும் யாரசூல்லுல்லாஹ்'

அல்லாஹ்வுடைய நபியே! என்னுடைய உள்ளத்தில் நெடுநாட்கள சேர்த்து வைத்த எண்ணத்தைச் சொல்லுகின்றேன், தங்கள் மகள் பாத்திமாவை மணம் முடித்துத் தாருங்கள் என்று கேட்கிறார்கள்.

'சங்கை பொருத்தியதோர் பாத்திமாவையும்
தகுமான மணம் முடித்து தாருங்களேன்.......
சீரும் புகழுமான பாத்திமாவை
செல்வ மங்களம் பொருந்த மணம் முடித்துத்தாருங்கள்'

ஹஜ்ரத் அலி மணம் முடித்துத்தாருங்கள் என்று கேட்கிறார். அது கேட்ட முகம்மது நபி, ஹஜ்ரத் அலி அவர்களே! நான் அல்லாஹ்வின் கட்டளையை எதிர்பார்க்கிறேன் என்று சொல்கிறார். *(31)*

இவ்வாறாக, பாத்திமா நாயகியின் திருமண நிகழ்ச்சியினை இறையுணர்வும், மகிழ்ச்சியும் பொங்கக் கூறுவதோடு, மேற்கண்ட முறையில் இடையிடையே பாடல்கள் அமைத்துப் பாடுகின்றனர்.

பாத்திமா நாயகியின் திருமண நிகழ்ச்சியினை ஃபக்கீர்கள் உரை விளக்கமாகக் கூறி இடையிடையே பாடல் வரிகளைப் படிப்பது போன்ற 'சைத்தூன்' என்ற பெண்ணை மையமாகக் கொண்ட கதையில் வருகின்ற நிகழ்ச்சியினையும் மேற்கண்ட முறையிலேயே பாடுகின்றனர்.

'சைத்தூன் கிஸ்ஸா - சுருக்கம்:

'கதை சொல்லல்' என்ற பொருளுடைய 'கஸஸ்' என்ற அரபுச்சொல்லின் திரிபே கிஸ்ஸா ஆகும். இச்சொல் 'கதை' என்ற பொருளை உடையது. ஃபக்கீர்கள் பாடுகின்ற இக்கதையுடன் கூடிய இப்பாடல் இஸ்லாம் சமயத்தைத் தம் முன்னோர்கள் எம்முறையில் பரப்பி வந்தனர் என்பதைக் காட்டுகிறது.

'மதின மாநகரத்தில் நான்காவது அரசராக (கலீபாவாக) ஆட்சி செய்து வந்த 'ஹஜ்ரத் அலி' என்பவரின் மகன் முகம்மது ஹனீபா தன் வீரர்களுடன் காட்டுக்கு வேட்டையாடச் செல்கிறார். அப்பொழுது இறம் தேசத்து மன்னன் மகள்

சைத்தூன் வந்து ஹனீபாவை மயக்கமுற அடித்து விட்டு, மற்ற நால்வரையும் தன் நாட்டில் சிறை வைக்கிறாள். இதனை அறிந்த ஹனீபாவின் தாயார் அவரை இழிவாகப் பேசுகிறார். ஹனீபா ஒரு சபதத்துடன் சைத்தூனையும், அவள் தந்தையும் வென்று அவன் நாட்டு மக்களையும் இஸ்லாத்தில் சேர்த்த பின்னரே தன் நாடு திரும்பி வருவேன் என்று கூறிச்செல்கிறார்.

முதலில் ஹனீபா, சைத்தூனுடன் போரிட்டு வென்று அவளையும், அவள் அடிமைப் பெண்களையும் இஸ்லாத்தில் சேர்த்து தன் நாட்டிற்கு அனுப்பி வைக்கிறார். பின்பு சைத்தூன் தந்தையான இறம் ராசனையும் அவன் நாட்டு மக்களையும் இஸ்லாத்தில் சேர்க்க அவன், நாடு செல்கிறார். வழியில் ஒவ்வொரு நாட்டு மன்னனையும் வென்று, இறுதியில் இறம் ராசனையும் வென்று இஸ்லாத்தில் சேர்த்து தம் நாடு திரும்பி சைத்தூனை மணந்து ஆட்சி செய்கிறார்.'

இக்கதையைப் ஃபக்கீர்கள் பாடி உரைவிளக்கம் சொல்வதைக்காணலாம்.

"ஐந்து ராசர்களும் ஒன்றாகக்கூடி ஆலோசனை செய்து
காட்டுக்கு போயினி வேட்டைகளாடிட கொண்டாரந்நேரம்
வேட்டையின் ஆயுதமெடுத்தார்கள் கையில்
வேண்டுமானதெல்லாம்
கத்தி கட்டாரி ரம்பம் வாள் முதல் கனத்த கேடயமாம்
ஈட்டியை எடுத்து கையில் பிடித்தார் எந்தன் அலிமார்கள்
சக்கரம் எடுத்து கையில் பிடித்தார் சாமார்த்தியம் காட்ட...

இந்த விதமாக ஐந்து அரசர்களுக்கும் வேட்டைக்கு வேண்டுமான ஆயுதங்களை எடுத்துப் பூட்டி, அவர்கள் ஏறி செல்வதற்குப் பஞ்சகல்யாணி எனும் குதிரையைக் கொண்டு வரச்செய்து, ஐந்து அரசர்களும் ஒன்று போலான பரியில் ஏறி அமர்ந்து, ஹஜ்ரத் முகம்மது ஹனிபா அவர்கள் தன்னுடைய குதிரைக்கு தானே இசாராச் செய்த உடனே அந்த நான்கு வீரர்களும் முகம்மது ஹனீபாவுமாக ஐந்து பேர்களும் எப்படி குதிரைகளை நடத்திச் செல்கின்றார்களேயானால்,

"நான்கு கால்கள் நளினங்கள் ஆடிட
ஓட்டிய குதிரைகள் வானத்துக்கு ஏகிட

சோலை மரங்களும் தலைதூக்கி ஆடிட...
காட்டில் மான்மறைகள் கண்டதும் ஓடிட,
ஹனீபா வழி நடத்தினாரே..." (33)

என்று பாடுகின்றனர்.

இவ்வாறாக, சைத்தூன் கிஸ்ஸாவை ஃபக்கீர்கள் உரைவிளக்கம் கூறி இடையிடையே பாடல்களைப் பாடுவதோடு, இப்பாடல்களில் வருணனைக்கு முக்கியத்துவம் கொடுத்துப் பாடுகின்றனர்,

வினா-விடை பாடல்:

தமிழில் 'வினா–விடை' போக்கில் அமைந்துள்ள பாடலுக்கு இஸ்லாம் சமயத்தில் மசலா' எனப் பெயரிட்டு அழைக்கின்றனர், 'மசலா' என்ற சொல் குறித்து மு. அப்துல்கறீம் பின்வருமாறு கூறுகிறார். 'ஸஆல்' என்ற அரபுச்சொல்லுக்கு 'வினாத்தொடுப்பது' என்பது பொருள். அச்சொல்லின் அடிப்படையில் 'மசலா' என்ற அரபு இலக்கியம், மார்க்க உண்மைகளை வினாவிடை வழியாக விளங்குவதற்கு எழுந்தது. அம்மரபு இலக்கிய அமைப்பினைத் தழுவித் தமிழ் முஸ்லீம் புலவர்களும் அரபு, பாரசீக மொழிகளில் அமைந்த மார்க்க உண்மைகளைத் தமிழ் மக்களுக்கு உணர்த்த 'மசலா' என்ற புதுவகை இலக்கியத்தைப் புனைந்தனர்.*(34)*

அவ்வகையில் ஃபக்கீர்களால் பாடப்படுகின்ற நூறு மசலா தமிழ் இலக்கியங்களில் காணப்படுகின்ற அம்மானைப் பாடலின் சாயலை ஒத்து விளங்குவதைக் காணலாம். அம்மானை இலக்கியத்தின் பெயர்க் காரணம் குறித்து பல கருத்துக்கள் சொல்லப்படுகின்றன. ஒன்று, பாடல்களில் 'அம்மானை' என்ற சொல் பயன்படுத்தப்படுவது. மற்றொன்று இது செந்தமிழ் இலக்கியமாக இராமல் சொற்ப எழுத்தறிவுடையவர்களாகச் சொற்ப எழுத்தறிவுடையவர்களே பாடிவைத்த நூல்கள் என்பது. பாமர இலக்கியம் என்றும் இவற்றைச் சொல்லும் மரபு ஏற்பட்டிருக்கிறது. மூன்றாவது இந்நூல்கள் பெரும்பாலும் தொடர்ந்து செல்லும் நீண்டபாடல்கள். நான்காவது நெடுங்கதைப் போக்குடையன. மற்றபடி பாமர மக்கள் மனதில் எளிதில் புரிந்து கொண்டு அனுபவிக்கத்தக்க பாடல்கள்.

இவையன்றி பின்னும் பல இயல்புகள் இவ்வகைப் பாடல்ளுக்கு பொதுத்தன்மையாக உள்ளன” (35) என்பர்.

அம்மானை இலக்கியத்தின் போக்கு குறித்து க.விநாயகமூர்த்தி தமது மூலபாட ஆய்வியல் என்ற நூலில் பின்வருமாறு கூறுகிறார். “பதினேழாம் நூற்றாண்டுக்குப் பின், ‘அம்மானை’ பெண்களின் ஆடல் என்ற நிலை மறைந்து, கதையமைப்பை இசையோடு கூறுவது என்ற நிலை இருந்தது. சைவ, வைணவ, கிறிஸ்தவ, இஸ்லாமிய சமயங்களின் தொடர்பான வரலாறுகளையும், நாட்டுப்புறக் கதைகளையும், அரசியல் வரலாறுகளையும் கருப்பொருளாகக் கொண்ட அம்மானைக் கதைப்பாடல்கள் எழுந்தன” (36)

அம்மானைப் பாடலில் ஒருவர் ஒரு பொருளைப் பற்றிய மையக் கருத்தைக் கூற, மற்றொருவர் அக்கருத்திற்கேற்ற வினாவைத் தொடுப்பார். அவரைத் தொடர்ந்து மூன்றாவது நபர் அவ்வினாவுக்குரிய கருத்தை விளக்கி விடை கூறுபவராக இருப்பார்.

இப்பாடல்களின் தன்மையை ஒட்டியே ஃபக்கீர்கள் பாடுகின்ற சமயப்பாடலான நூறுமசலாவிலும் இப்பொதுத் தன்மைகள் இடம் பெறுகின்றன, அம்மானைப் பாடலில் மூன்று பேர் பாடுவது போன்று, நூறுமசலாவில் இரண்டு பேர்கள் பாடுகின்றனர், அவர்களுள் ஒருவர் ஆண், மற்றொருவர் பெண் ஆகும். அம்மானைப் பாடல்களின் இறுதியடியில், ‘அம்மானை’ என்ற சொல் இடம்பெறுவது போன்று, இப்பாடல்களின் இறுதியடியில் ‘மசலா’ என்ற சொல் இடம்பெறுகிறது. மற்றும் இது நெடுங்கதைப் போக்கில் அமைந்த சமய நிகழ்ச்சிகளையும், செய்திகளையும் கொண்டு அமைந்த பாடல்களாகக் காணப்படுகிறது.

நூறு மசலா-பாடல்கூறு:

நூறு மசலாவில் முற்பகுதி சாதாரண தனிப்பாடல் போக்கில் ‘பாடல்–உரைவிளக்கம்’ என்ற முறையிலும், பிற்பகுதி ‘வினா–விடை’ போக்கிலும் அமைந்துள்ளது. முற்பகுதி அப்பாஸ் அரசர் என்பவரின் பிறப்பு, வளர்ப்பு நிகழ்ச்சியையும், அவர் தாய்தந்தையர் படுகின்ற இன்ப, துன்பங்களை

எடுத்துக்கூறுவதாகவும் அமைந்துள்ளது. பிற்பகுதியிலேயே அப்பாஸ் அரசருக்கும், மெகர்பானுவல்லிக்கும் நடைபெறுகின்ற போட்டியைப் பற்றிய செய்தி இடம் பெறுகிறது.

நூறுமசலா-சுருக்கம்:

'ஐந்தமா நகரில் அகமது ஷா என்பவர் தன் மனைவி மரியம்பீவியுடன் அரசு புரிந்து வருகிறார். வெகுநாட்கள் ஆகியும் குழந்தையில்லாமல் இறைவன் அருளால் அப்பாஸ் என்பவரை பெற்றெடுக்கின்றனர். சூழ்நிலை காரணத்தால் தன் நாட்டை இழந்து இருவரும் தன் குழந்தையுடன் காடு செல்கின்றனர். அங்கு அப்பாஸ் தன் தாய் தந்தையரைப் பிரிந்து சீன மாநகரை வந்தடைகிறார். சீனமாநகரில்' நூறரசி' என்னும் பட்டம் பெற்ற மெகர்பானு வல்லி வாழ்ந்து வருகிறாள். அவள் தன்னை மணம் முடிக்கக் கேட்டு வருபவர்களிடத்தில் நூறு கேள்விகள் கேட்டு, அதில் விடை கூறி வெற்றி பெற்றவர்களை மணமுடிப்பது என்பதே நோக்கமாகும். அந்நிலையில் ஏராளமான அரசர்களும், மந்திரிகளும் போட்டியில் தோல்வியுற்று,அவளிடம் அடிமை வேலை பார்த்து வந்தனர்.

ஒருநாள் இச்செய்தியினை அறிந்த அப்பாஸ் அரசர் எப்படியும் வல்லியை வென்றாக வேண்டும் என்ற முடிவோடு, மசலா நடைபெறுகின்ற மணிமண்டபத்துக்கு வந்து மூன்று நாட்கள் நடைபெற்ற போட்டியில் மெகர்பானுவல்லியை வென்று மணமுடிக்கிறார்'.

ஃபக்கீர்கள் இச்செய்தியை வினா-விடை போக்கில் பாடியிருப்பதைக் காணலாம். முதலில் அப்பாஸ் அரசர் பிறந்து வளர்ந்த நிகழ்ச்சியைப் பாடுகின்றனர்.

பாடல்:

"ஐந்தமா நகர்பதி ஆண்டு வந்தார் அகமதுஷா
அகமதுஷா மரியம்பீவி இருவரும் வாழ்ந்து வந்தார்
அண்டாள புவனமெல்லாம் அடக்கியே அரசாண்டு வந்தார்
சொத்திலேயும் சுகத்திலேயும் பணத்திலேயும் காசிலேயும்
பாதுஷா வாழ்ந்து வந்தார்-மன்னர்
அகமதுஷா வாழ்ந்து வந்தார்...."

உரைவிளக்கம்:

ஐந்து மாநகர் பதியில் நீர்வளம், நிலவளம், மண்வளம் பொருந்திய அந்த நாட்டை அரசாளச்செய்து பரிபாரணம் நடத்தி வாழ்ந்து வந்தார்கள். அகமது ஷாவும், மரியம் பீவியும் கண்ணும் இமையும் போன்றும், நகமும் சதையும் போன்று வாழ்ந்து வந்தார்கள். அப்படி வாழ்கின்ற போது எல்லாம் வல்ல – இறைவன் வேண்டிய ரஹ்மத்துகளைக் கொடுத்திருந்தான். ஆனால் இரண்டு பேர்களுக்கும் ஒரே ஒரு மனக்குறை இருந்தது. அந்த மனக்குறை என்னவென்றால், ஆண்டவனிடத்தில் இரவும் பகலும் அறுபது நாளுமாக மரியம் பீவியும், அகமதுஷா அவர்களும் என்ன துஆ கேட்கிறார்கள்.

பாடல்:

‘சொத்தை வைத்து ஆளுவதற்கு குட்டி இரண்டு
இல்லையம்மா.....
பட்டம் கட்டி ஆளுவதற்கு அம்மா பாலகனும்
இல்லையம்மா.....
நேந்துதான் இருந்து நெய்யான விளக்கேற்றி
ஏந்திழையார் கேட்ட துஆ
படைத்த இறையோனும் கிருபை செய்தான்...’

உரைவிளக்கம்:

அல்லாஹ் தஆலா இறைவன் கபுலாக்கிக் கொடுத்தான். அவர்கள் நாளும் கணக்குமாக அவங்களுடைய வயித்திலேதான் அமலாகத் தரித்து வளர்பிறை வளர்ந்தது போல், அவர்கள் பத்துமாதம் நிறை சுமந்து மரியம்பீவி அவர்கள் ஐந்தமாநகரில் பெற்றெடுத்தார்கள்.

அல்லாஹ்வின் கிருபையினால் அந்தக் குழந்தைக்கு ஒரு வயதானது. பல நாட்டிலுள்ள பெரியோர்கள் சூஃபிக்களை வரவழைத்து அந்த பாலகருக்குத்தான் அழகான பேரு வைத்தார்கள். என்ன பேரு வைத்தார்களேயானால் ‘அப்பாஸ்’ என்று தானே வைத்தார்கள் (37)

இம்முறையாக நூறுமசலாவின் முற்பகுதியை ஃபக்கீர்கள் பாடல்உரைவிளக்கம் என்ற முறையில் பாடுகின்றனர்.

வினா-விடைப் பாடல்:

அப்பாஸ் அரசர் மசலா மணி மண்டபத்துக்கு வந்து, அங்குள்ள மணியை அடித்து தன்னுடைய வருகையை வல்லிக்கும், அவள் அரண்மனையாருக்கும் தெரிவிப்பதை ஃபக்கீர்கள் பின்வருமாறு பாடிச் செல்வதைக் காணலாம்.

“மன்னாதி மன்னர்களும் மகுடமுடி ராஜர்களும்
மந்திரி பிரதானிகள் மகஞானிகள் சூழ்ந்திருக்க
யானைப்படை சேனைப்படை
அந்த காலாட்படை இருக்க
அவரவர்கள் சூழ்ந்திருக்க
அந்த அகம்மது ஷா மகனிருக்க
கூடியிருந்த சபைதனிலே
வல்லி கூறுகிறார்கள் மசலாவே...” (38)

மெகர்பானு வல்லி முதல் கேள்வியாக அப்பாஸ் அரசரைப் பார்த்து கேட்கிறாள், மன்னனே! மன்னாதி மன்னனே! மகுடமுடி ராஜனே! என்று சொல்லி சப்தத்தோடு ஆங்காரத்தோடு கேட்கிறாள்.

வினா:

‘தாண்டும் பரிகள் ஏறி மீண்டும் இங்கு வந்தோரே’
தாசியராய் வந்த கோசியரே! நீர் இங்கு கேளும்
நீர் யார் மகனுக்காணும்
நீர் இப்போ சொல்லாவிட்டால் கொள்வேன் யானும்
உன்னை யார் வளர்த்தது, சொல்லாவிட்டால்
நேரே பிளப்பேன் யானும்...”

விடை:

“அடி ஞானப்பெண்ணே!
கொல்வேன் என்று சொன்ன குங்கும சந்தனமே!
கோதையராகிய மாதரே! நீர் கேளு! நான்
ஆதம் மகன் தாண்டி பெண்ணே
ஓதும் வேதம் தாண்டி
என்னை அல்லா வளர்த்தாண்டி-பெண்ணே
உன்னை ஒரு சொல்லால் வெல்லத்தாண்டி”(19)

நான் ஆதம் மகன் என்றும், அல்லாஹ் தஆலா என்னை வளர்த்தான் என்றும் விடை அளித்தார்கள்.

வினா:

"ஏய் மன்னா!
தாண்டும் பரிகள் ஏறும் முன்னே
தங்கியிருந்த இடமென்ன
ஊன்றும் பரிகள் ஏறும் முன்னே
உயர்ந்திருந்த இடமென்ன
இம்மசலா போல் ஆயிரம் மசலா உள்ளது.
விளங்கும் படி சொல்லும் மன்னா
சொல்லும் மன்னா வெல்லும் மன்னா-இங்கு
பலபேர் முன்னிலையில்.....'

ஏய் மன்னவா! தாண்டும் பரிகள் ஏறும் முன் தங்கியிருந்த இடம் எங்கே? ஊன்றும் பரிகள் ஏறும் முன்னே உயர்ந்திருந்த இடமென்ன? என்று கேட்கிறாள்.

விடை:

"அடி ஞானப்பெண்ணே!
தாண்டும் பரிகள் ஏறும் முன்னே
தங்கியிருந்தேன் தகப்பன் வீட்டில்
ஊன்றும் பரிகள் ஏறும் முன்னே
உயர்ந்திருந்தேன் தாயில் வயிற்றில்
இதுதானா உன் மசலா என்று
என்னை வெல்ல வந்தாயடி..."(40)

என்று பதில் அளிக்கிறார்.

இப்பாடலின் வாயிலாக, ஒரு மனிதன் இவ்வுலகில் தோன்றுவதற்கு முன்னால், அவன் எந்த உருவில் இருந்தான் என்பதையும், பிறகு அவன் தோன்றி வளர்ந்த நிலையையும் பற்றி அறிய முடிகிறது. இவ்வாறாக முதல்நாள் மசலா நடைபெற்றது. இரண்டாம் நாள் மசலாவில்,

வினா:

"மன்னாதி மன்னவனே!
மகுடமுடி ராஜனே!

என்னை வெல்ல வந்த மன்னா
இருந்து நல்லா கேளு மன்னா- அடே
உங்கள் நபி மார்க்கத்திலே
நல்ல முகம்மதியர் வேதத்திலே
நாலாவது மார்க்கத்திலே
நபிகள் சொன்ன சரகின்படி
மானிலேயும் பெரிய மானு அறுபடாத மானுமென்னா?
மீனிலேயும் பெரிய மீனு அறுபடாத மீனுமென்ன?
மாவுலேயும் நல்ல மாவு இடிபடாத மாவுமென்னா?
இடிபடாத மாவானதை எந்தனுக்கு சொல்லும் மன்னா?
சொன்னா உயிர் பிழைப்பாய் - மன்னா
சொல்லாவிட்டால் தலையறுப்பேன்....'

விடை:

அந்த மொழி கேட்டதுடன் - நம்ம
அகமதுஷா திரு மைந்தன்
கேளடியே! ஞானவல்லி கிருபையுள்ள நூறுமசலா எங்கள்
நபி மார்க்கத்திலே
நல்ல முகம்மதியர் வேதத்திலே-அல்லா
நாலாவது மார்க்கத்திலே
நபிகள் சொன்ன சரகின்படி
மானிலேயும் பெரிய மானு-பெண்ணே
அறுபடாத மானானது-அல்லா
அறுபடாத மானானது அது
ஈமானடி மெகர்பானே....
மீனிலேயும் பெரிய மீனு
அறுபடாத மீனானது அது
ஆமீன் என்ற தாகுமே...
மாவுலேயும் நல்ல மாவு - பெண்ணே
இடிபடாத மாவானது அல்லா
இடிபடாத மாவானது
ஐந்து நல்ல கலிமா பெண்ணே
இதுதானா உன் கதைகள்
இந்த மன்னனுக்குச் சொல்ல வந்தே..."

மனிதனுக்கு முதலில் வேண்டியது இறைநம்பிக்கை (ஈமான்) ஆகும். இறைநம்பிக்கை கொண்ட மனிதன் இறைவனிடத்தில் நம்பிக்கையுடன் வேண்டுதல் (ஆமீன்) செய்கிறான். பின்னர்

வ. ரஹ்மத்துல்லா

இறைவன் காட்டிய வழியில் இறைவேதத்தின் சூத்திரங்களை (கலிமா) ஓதி இஸ்லாத்தில் இணைகிறான்.

இந்த மூன்று படிநிலைகளை விளக்குவதே மேற்கண்ட பாடலின் விளக்கமாகும்.

மூன்றாம் நாள் மசலாவில்

வினா:

"அட மன்னாதி மன்னவனே!
மகுடமுடி ராஜனே!
என்னை வெல்ல வந்த மன்னா
இருந்து நல்ல கேளு மன்னா.....
ஆதத்துடைய மக்களுக்கு
அல்லா படைத்தான் ஆறுவீடு
ஆறு வீட்டு பேரானதை
அறியும் படி சொல்லும் மன்னா
சொல்லும் மன்னா வெல்லும் மன்னா..."

விடை:

"அந்த மொழி கேட்டதுடன்
அந்த சிந்தையுள்ள அப்பாஸ் அரசர்
கேளடியே! கிளிமொழியே
கிருபையுள்ள நூறு மசலா - இந்த
ஆதத்துடைய மக்களுக்கு
அல்லா படைத்தான் ஆறுவீடு
முதல் வீடு தகப்பன் வீடு பெண்ணே
இரண்டாவது வீடு தாய் கருவு வீடு அல்லா
மூன்றாம் வீடு துன்யா வீடு
நான்காம் வீடு கப்ரு வீடு
ஐந்தாம் வீடு கேள்வி வீடு
ஆறாம் வீடு சொர்க்கம் நரகம் வீடு...."(42)

தந்தையிடத்து கருவாகி உதிக்கின்ற மகன் தாயின் கருவறையில் வளர்கிறான். 'துன்யா' எனும் இவ்வுலகில் வாழ்ந்து முடிந்தவுடன் கப்ரு என்னும் மண்ணாலாகிய மண்ணறைக்குள் செல்கிறான். கியாமத் (இறுதித் தீர்ப்பு) நாளில் இறைவன் மனிதனை எழுப்பி கேள்வி கேட்கிறான். அம்மனிதன் செய்த

நல்வினை, தீவினைகளுக்கேற்ப அவனை சுவர்க்கத்திற்கோ, நரகத்திற்கோ அனுப்புகிறான் என்பதே இவ்விடையின் பொருளாகும்.

இவ்வாறாக மூன்று நாட்கள் மசலா மணி மண்டபத்தில் அப்பாஸ் அரசருக்கும், மெகர்பானுவல்லிக்கும் நடைபெற்ற போட்டியில் அப்பாஸ் அரசர் வெற்றி பெற்று மெகர்பானுவை மணம் முடிக்கிறார்.

இவ்விதமாக ஃபக்கீர்கள் நூறுமசலா என்ற பாடல் மூலமாக இஸ்லாமியச் சமயக் கடமைகளையும், கோட்பாடுகளையும் மக்களுக்கு எளிய முறையில் விளக்குகின்றனர்.

குறிப்புகள்:

1. கா.ரஷீத் அலி, "மதுரை தர்காக்களின் நடைமுறைகளும், விழாக்களும்", மதுரை காமராசர் பல்கலைக்கழக எம்.ஃபில். ஆய்வேடு, 1984, ப.13
2. பின்னிணைப்பு–1, ப.1
3. மேலது, ப. 1
4. கா.சாகுல்ஹமீது, இஸ்லாம் சமயத்தில் புனித ஹஜ் யாத்திரை, மதுரை காமராசர் பல்கலைக்கழக எம்.ஃபில். ஆய்வேடு, 1985, ப.16
5. பின்னிணைப்பு–1, ப.2
6. மேலது, ப.2
7. மேலது, ப.3
8. கா.ரஷீத் அலி, மதுரை தர்காக்களின் நடைமுறைகளும், விழாக்களும், மதுரை காமராசர் பல்கலைக்கழக எம்.ஃபில். ஆய்வேடு, 1984, ப.31.
9. பின்னிணைப்பு–1, ப.5
10. மேலது, ப.7
11. மேலது, ப.8
12. மேலது, ப.8
13. மேலது, ப.9
14. மேலது, ப.10

15. மேலது, ப.11
16. மேலது, ப.12
17. மேலது, ப.13
18. மேலது, ப.14
19. மேலது, ப.14
20. சௌ.மதார்மைதீன், 'இஸ்லாமியச் சித்தர்', கா.முகம்மது பாரூக்(ப.ஆ), மெய்ஞ்ஞானி பீர் முகம்மது அப்பா இலக்கிய ஆய்வுக்கோவை. ப.274
21. புலவர் இரா. இளங்குமரன், 'சித்தர் பாடல்கள்', ப.3
22. கா.ப.ஷெய்குதம்பி பாவலர்கள், குணங்குடி மஸ்தான் சாகிபு பாடல், ப.280
23. மேலது, ப.280
24. பின்னிணைப்பு–I, ப.20
25. மேலது, ப.20
26. மேலது, ப.20
27. மேலது, ப.22
28. மேலது, ப.24
29. மேலது, ப.25–26
30. மேலது, ப.26–27
31. மேலது, ப.31–32
32. மு.அப்துல் கறீம், இஸ்லாமும் தமிழும்.ப.211
33. பின்னிணைப்பு–1 பக்.35–36
34. மு.அப்துல் கறீம் இஸ்லாமும் தமிழும். ப.217
35. மு. அருணாசலம், தமிழ் இலக்கிய வரலாறு, 16ம் நூற்றாண்டு (மூன்றாம் பதிகம்), பக்.372–373
36. அ.விநாயகமூர்த்தி, மூலபாட ஆய்வியல், ப.61
37. பின்னிணைப்பு–1, பக்.37–38
38. மேலது, ப.44
39. மேலது, ப.45–46
40. மேலது, ப.46–47
41. மேலது, ப.47–48
42. மேலது, ப.48–49

ஃபக்கீர்கள் பாடும் முறை

இரவலர்களில் தனித்துச் சுட்டிக்காட்டும் அளவில் தனித்தன்மை வாய்ந்தவர்களாக ஃபக்கீர்கள் காணப்படுகின்றனர். ஃபக்கீர்களின் ஆடையும், பல்வேறு அணிகலன்களும், அவர்களின் உருவத்தோற்றமும், அவர்கள் பாடுகின்ற சமயப்பாடல்களும் மற்ற இரவலர்களிலிருந்து அவர்களைத் தனித்துக் காட்டுகின்றன.

ஃபக்கீர்கள், தங்களுடைய தலையில் ஓரிரண்டு மடிப்புகளால் கட்டப்பட்ட பச்சை அல்லது சிவப்பு வண்ணத்திலான தலைப்பாகையையும், அத்தலைபாகைக்கு ஏற்றவாறு கழுத்தில் வெள்ளை நிறத்திலான 'வாயில்' அல்லது 'டெர்லின்' என்ற துண்டினையும் அணிந்திருப்பர். தலைப்பாகையின் நிறத்திற்கேற்றவாறு பூ வேலைப்பாடுகள் மிக்க அல்லது சாதாரணமாக 'ஜிப்பா' என்கிற முழுக்கைச் சட்டையும் அணிந்திருப்பர். அச்சட்டை அவர்களின் முழங்காலுக்கும் கீழ்வரை நீண்டு தொங்கும். இடுப்பில் 'வெள்ளை' அல்லது வண்ணக்கைலி அணிந்திருப்பர். அக்கைலியை 'கிரண்டைக்கால்' என்று சொல்லப்படும் கணுக்காலிற்கு மேல் உயர்த்திக் கட்டி யிருப்பர்.

தங்கள் கழுத்தில் பச்சை அல்லது இரத்த சிவப்பு வண்ணத்திலான 'கண்டமணிமாலை' என்றழைக்கப்படும் பாசியினாலான கனத்த மாலையை ஒன்று அல்லது இரண்டு அணிந்திருப்பர். இஸ்லாமிய முறைப்படி முகத்தில் தாடி வைத்திருப்பர். தவிர மாட்டுத் தோலினால் செய்யப்பட்ட

சந்தனநிறத்தினாலான 'தாயிரா' என்ற இசைக்கருவியை இடது கையில் தூக்கிப்பிடித்தவாறு வலது கையினால் இசையினை எழுப்பி சமயப்பாடல்கள் பாடிக்கொண்டு தெருக்களில் காணப்படுவர். அக்கருவியின் விளிம்பு ஓரத்தில் பித்தளைத் தகட்டினால் அம்மாட்டுத்தோல் பிரிந்து விடாதவாறு சுற்றி அடித்திருப்பர். சுற்றிலும் நீளவாக்கில் ஐந்து அல்லது ஆறு துளையிட்டிருப்பர். அத்துளையில், – துளையிட்டுச் செய்யப்பட்ட இரும்புத்தகட்டினைத் தொகுதியாக மாட்டி யிருப்பர்.

ஒரு சில ஃபக்கீர்கள் அக்கருவியின் வெளிப்புறத்தில் தங்கள் பெயர் அல்லது வண்ணப்படங்களை வைத்திருப்பர். இசை எழுப்புவதற்காக தங்களது வலது கையின் நடுவில் உள்ள மூன்று விரல்களில் (தவில் வித்வான்களைப் போன்று) தொப்பி என்னும் குப்பிகளைச் செருகி இருப்பர். ஃபக்கீர்கள், தங்கள் இடது புறத் தோளில் யாசகமாகப் பெறுகின்ற பொருட்களை வைத்துக் கொள்வதற்காக 'ஜோல்னா' எனும் நீண்ட துணிப்பையயும், அத்துணிப்பையினுள் யாசகத்திற்காக ஒரு சிறு பாத்திரத்தையும் வைத்திருப்பர். மற்றும் அப்பையினுள் அவர்கள் மந்திரித்துப் பார்ப்பதற்காக குறைந்தது ஐந்து மயிலிறகினைச் சேர்த்துக் கட்டி வைத்திருப்பர். அம்மயிலறகினைப் பிடிப்பதற்கான இடத்தில் இளம் மஞ்சள் நிறத்திலான வாயில் துணியைக் கட்டியிருப்பர். பாடுகின்ற நேரம் தவிர்த்து அம்மயிலறகினைத் தங்கள் வலது கை இடுக்கில் வைத்திருப்பவர்களாகக் காட்சியளிப்பர்.

சாதாரண மனிதர்களிலிருந்து வேறுபட்ட தோற்றத்தில் கலைஞனுக்குரிய பலவகைப்பட்ட வண்ணக்கலவையாக கவர்ச்சியானத் தோற்றத்தினை இவர்கள் பெற்றுள்ளனர். கலைக்குரிய இசைக்கருவியேந்தி தெருக்களில் யாசிக்கின்ற பொழுது, வெகுவிரைவாக மக்களின் கவனத்தைத் தங்கள் பக்கம் திருப்புகின்றவர்களாகக் கலைத்தோற்றத்துடன் ஃபக்கீர்கள் காணப்படுகின்றனர்.

இசைப் பாடல் பயிற்சி மேற்கொள்ளும் முறை:

ஃபக்கீர்களுக்கு இசைப்பயிற்சி ஆசிரியர்கள் அவர்கள் தம் முன்னோடிகளான தந்தை அல்லது சுற்றத்தார்களுமே

ஆவார்கள். தமது சிறுவயது முதற்கொண்டே பாடுவதற்கு பழகத் தொடங்கி விடுகின்றனர். தங்கள் வீடுகளில் உள்ள பெரியவர்கள் தொழிலுக்குச் சென்று வந்த பிறகு ஓய்வான நேரங்களில் தங்கள் பிள்ளைகளை அழைத்து தங்கள் முன்னால் உட்கார வைத்து 'தாயிரா' என்ற இசைக்கருவியில் இசை எழுப்பியவாறு, ஏதாவது ஒரு பாடலில் இருந்து இரண்டு வரிகளைப் பாடிக்காட்டுவர். அதனைத்தொடர்ந்து அவர்களும் பாடுவர். இவ்வாறே தொடக்க நிலையில் பாடல், இசைப் பயிற்சியைக் கற்றுக்கொண்ட பிறகே தெருக்களுக்குப் பாடச் செல்கின்றனர்.

கவுஸ்மைதீன், தாம் சிறு வயதில் ஊர்ஊராகச் சென்று வாழ்ந்து வந்ததால் பல பேரிடம் பாடல்களைக் கற்று கொள்ளுகின்ற வாய்ப்புக் கிடைத்தது *(1)* என்கிறார்.

ஃபக்கீர்களுக்கு தாங்கள் பாடுகின்ற பாடல்கள் கேட்கின்ற மக்களுக்கு இசை ஞானத்தை அல்லது இசையின்பத்தைப் புகட்ட வேண்டும் என்பது நோக்கமன்று. மாறாக, தங்கள் பாடல்களில் உள்ள சமயக் கருத்துக்கள் மக்களைச் சென்று எளிதாக அடைய வேண்டும் என்பதே நோக்கமாகும். எனவே அவர்கள்தாம் பாடல்களில் கருத்துச் செறிவு அமைகின்ற அளவுக்கு குரல் இனிமையும், இசையின்பமும் பொதுவாக இருப்பதில்லை. அதற்கென்று இவர்கள் முயற்சி எடுத்துக் கொண்டு பாடுவதுமில்லை.

அவரவர்கள் தம் குரல் வளத்துக்கேற்றவாறு பாடுகின்றனர். பெரும்பான்மை மிகுந்த உரத்த குரலிலோ, மிகத் தாழ்ந்த குரலிலோ பாடுவதில்லை. நடுத்தர அளவிலேயே பாடுகின்றனர். நன்றாகப்பாடித் தேர்ச்சி பெற்ற ஒரு சிலரே உரத்த குரலில் பாடுகின்றனர். அவ்வாறு பாடுகின்ற பொழுது அவர்களின் குரலுக்கு இனிமை சேர்க்கும் துணைக்கருவியாக 'தாயிரா' என்ற இசைக்கருவியைப் பயன்படுத்துகின்றனர். பாடல்களில் உள்ள சொற்களுக்குத் தகுந்தவாறு தங்களுடைய குரலைக் கூட்டியும், குறைத்தும் பாடுகின்றனர். அதற்கேற்றவாறு அவ்விசைக் கருவியின் ஓசையினையும் பயன்படுத்துகின்றனர்.

இவ்வாறாக, ஃபக்கீர்கள் தாங்கள் பாடும் பொழுது ஏற்ற இறக்கத்தைக் கொடுப்பதன் மூலமும், 'தாயிரா'வின்

துணை கொண்டு குரலுக்கு இனிமை சேர்ப்பதன் மூலமும் கலைத்தன்மையைக் காட்டுகின்றனர் என்றே கூறலாம்.

பாடும் முறை:

ஃபக்கீர்கள், தெருக்களில் மக்களிடத்தில் பாடுகின்றபொழுது, கேட்பவர்களின் விருப்பதற்கிணங்க அல்லது இடத்தின் சூழ்நிலைக்கேற்றவாறு பாடும் முறையை அல்லது பாடல் வகையை மாற்றிக்கொள்கின்றனர். ஃபக்கீர்கள் தம் பாடல்களைத் தனிப்பாடல்கள், நெடும்பாடல்கள் என்ற இருவகையில் பிரித்துப் பாடுகின்றனர். வீட்டில் உள்ளவர்கள் சிறிது நேரம் நின்று பாடவேண்டும் என்று விரும்பினால் அந்த நேரத்திற்குள் சமயப் பெரியோர்கள் செய்த நிகழ்ச்சிகளுள் ஏதேனும் ஒன்றை அவர்களின் மனதில் எளிதாக நிற்கும்படி பாடுவர். அவ்வாறு பாடுகின்ற பொழுது இசைக்கருவியை இடது கையில் பிடித்துக் கொண்டு வலது காதில் ஓரமாக வைத்து, வலது கைவிரல்களால் தட்டி இசை எழுப்பியவாறு பாடுவர்.

பாடலின் தொடக்கத்திலும், முடிவு பெறும் நிலையிலும் அதற்கென்று ஒருமுறையில் தாயிராவைத் தட்டி தொடங்கி முடிப்பர். அதாவது தொடங்கும் பொழுதும், முடிக்கும் பொழுதும் தோற்கருவியால் தட்டி வருகின்ற இசைக்கு மற்றொரு பின்னிசையாக அக்கருவியைச் சுற்றி அமைக்கப்பட்டுள்ள பித்தளைத் தகட்டினைத் தட்டி இசை எழுப்புவர். ஃபக்கீர்களின் பாடலைக் கேட்டு வீட்டில் உள்ளவர்கள் காசு அல்லது அரிசியினைப் போடுவதற்கு வாசலில் வந்து நிற்பர். தங்களுக்கு முன் வந்து நிற்கும்பொழுது, ஒரே நேரத்தில் பாட்டையும், இசையையும் வேகமாகப் பாடி, அடித்து நிறுத்துவர். இம்முறையில் ஃபக்கீர்கள் பாடல் பயிற்சியினைக் காட்டிலும் தாளக்கருவி பயிற்சியில் சற்றுத் தேர்ச்சி பெற்றவர்களாகக் காணப்படுகின்றனர். 'தாயிரா' இன்றியும் எளிதாக பாடமுடியும் என்றும் ஃபக்கீர்கள் கூறுகின்றனர்.

ஃபக்கீர்கள் பாடுவதற்கென்று தனி அரங்கம் கிடையாது. மக்களிடத்தில் இரந்து நின்று சமயப்பாடல்களைப் பாடி யாசகம் பெறக்கூடிய நிலையில் இன்றும் இருப்பதால், ஒரே இடத்தில் உட்கார்ந்து பாடக்கூடிய அளவிற்குரிய பழக்கம் இவர்களிடத்தில் பெரும்பாலும் இல்லை எனலாம். ஃபக்கீர்கள்

பாடுவதற்குரிய அரங்கமாக அல்லது களமாக தெருக்கள் ஒன்றே சிறப்பிடம் பெறுகின்றன.

'மௌலூது' போன்ற விழாக்களில் குறைந்தது ஐந்து ஃபக்கீர்கள் கூடி நின்று புகழ்மாலைப் பாடல்கள் பாடுவர். அப்பொழுது பாடுகின்ற கூட்டுப்பாடலின் ஒலி கம்பீரமாகவும், கேட்பவர்களுக்கு இனிமையாகவும் இருக்கும். மற்றும் தம் பாடல்களுக்கு அவர்கள் தருகின்ற உரைவிளக்கம் அல்லது சொற்பொழிவு தாய்மொழியிலேயே அமைந்திருக்கும்.

ஃபக்கீர்களில் ஒரு சிலர் பாடுகின்ற பொழுது பாடல்களின் உணர்ச்சிக்கு ஏற்றவாறு கைகளை உயர்த்தியும், தாழ்த்தியும் முகபாவனையுடன் சொற்களுக்கு ஏற்றம் இறக்கம் கொடுத்துப் பாடுகின்றனர். தெருக்களில் ஒரு சிலர் இவர்களின் பாடல் மேல் கொண்ட விருப்பத்தினால், தம் வீடுகளுக்கு அழைத்துச் சென்று பாடல்களைப் பாடவும் சொல்லுகின்றனர்.

ஃபக்கீர் பாடும் பாடல்களுக்கு ஆண்களைக் காட்டிலும், கல்வியறிவு இல்லாத பெண்களிடத்தில் அதிக வரவேற்பு உண்டு. கேட்கின்ற மக்களுக்கு இசை இன்பத்தை ஊட்டும் தனித்த நோக்கம் ஃபக்கீர்களுக்கு இல்லை என்றாலும், அவர்களின் குரல் வளமும், இசைக்கருவியின் பயிற்சியும் கேட்பவர்களுக்கு இசை மகிழ்ச்சியை ஊட்டச் செய்கிறது.

ஃபக்கீர் பாடல்களில் கலைக்கூறுகள்:

ஃபக்கீர்கள் உருவத்தோற்றத்தில் கலைஞன் போல காணப்படுவது மட்டுமல்லாமல், அவர்கள் தம் உள்ளங்களிலிருந்து வெளிவருகின்ற பாடல்களிலும் இலக்கியத் தன்மை மிகுந்து விளங்குவதைக் காணமுடிகிறது. ஃபக்கீர்களுக்கு இராகத்தோடு பாடவேண்டும் என்பது நோக்கம் அல்ல. தங்கள் பாடலின் செய்தியே இன்றியமையாதது என்பதால், அப்பாடல்களை மக்களுக்கு எளிதாகப்புரிகின்ற வகையில் வழக்கத்தில் உள்ள எளிமையான பேச்சு வழக்குச் சொற்களைப் பயன்படுத்தி வருகின்றனர். அப்பாடல்களில் பெரும்பான்மையானவை நாட்டுப்புற இலக்கிய வடிவில் அமைந்து விளங்குவதையும், நாடகப்போக்கில் உரைவிளக்கம் சொல்லும் முறையில் விளங்குவதையும் காணலாம். மற்றும் அப்பாடல்களில்

பெரும்பான்மையானவை நாட்டுப்புற இலக்கிய வடிவில் அமைந்து விளங்குவதையும் காணலாம். மற்றும் அப்பாடல்களில் மக்கள் வழக்கில் உள்ள திரிந்த தமிழ் சொற்களையும், தம் சமயம் சார்ந்த அரபு சொற்களைப் போல் பயன்படுத்துவதையும் காணலாம். எனவே மொழிநடையை பொறுத்த மட்டில் இவர்கள் குறைந்த கல்வியறிவு உடைய மொழிநடையையே பயன்படுத்துவதால், பாடல்களைக் கேட்பவர்களை உணர்ச்சிப் பூர்வமாகத் தங்களுடன் இணைத்துக் கொள்ள செய்கின்றனர்.

காப்பு வேண்டுதல் :

ஒவ்வொரு மனிதனும் தன் உள்ளத்தில் எழுகின்ற கருத்தினை எழுத்து அல்லது பேச்சு வடிவில் செயலாக்க முற்படும் பொழுது, அவரவர் தம் இறைவனிடம் தன்னிடத்துள்ள குற்றங்களைக் களைந்து காத்தருளுமாறு வேண்டி நிற்பது மரபாகும். இம்மரபினை ஃபக்கீர்களும் தம் பாடல்களில் பின்பற்றுகின்றனர். ஃபக்கீர்கள் பாட ஆரம்பிப்பதற்கு முன்னால் தமக்கு பாதுகாப்பு அளிக்குமாறு இறைவனிடத்தில் வேண்டி நிற்பதை அவர்கள் பாடல் வாயிலாக உணர முடிகிறது.

'இஸ்லாமிய வேதங்களில் முதன்மையான அருள் மறை எனும் திருக்குர் ஆனில் 'அலிப்' என்ற சொல்லிற்கு பொருளாக விளங்குகின்ற தூய்மை உள்ளம் கொண்ட ஒளி பொருந்திய அல்லாஹ்வே, நான் முகம்மது நபி மீது இனிய செந்தமிழினால் இனிய கவி பாடுவதற்கு கருத்துக்களைத் தந்து உதவிட. எனக்கு அருள் செய்ய வேண்டும்' என்ற பொருள்பட பாடுவதைப் பின்வரும் பாடல் விளக்குகிறது.

> **"நீர் மேவும் செய்யது ரசூல் மேல்**
> **கார் மேகம் சித்திரையின் செந்தமிழால்**
> **யான் இனியகவி பாட**
> **கருத்தன உதவிடகாப்புத் தாயேன்...**
> **ஆதி அருள் கொண்ட வேதமே**
> **அலிப் என்ற அச்சரமே**
> **அமைத்திட்ட புருகானே**
> **ஜோதியே உடையாகி துய்யோனே**
> **ரஹ்மத்தை செய்குவாய்..."(2)**

இப்பாடலின் வாயிலாக ஃபக்கீர்கள் தாம் பாடும் பாடலுக்குக் காப்பு வேண்டி நிற்பதைக் காணமுடிகிறது.

மற்றொரு முறையில் பாடலின் பெயரைச் சொல்லி, இந்தப் பாடலை நான் பாடுவதற்கு எனக்கு காப்புத்தர வேண்டும் என்றே பாடுகின்றனர். ஃபக்கீர். இங்கு, 'மரண விளக்கம்' என்ற பாடலைப் பாடுவதற்குத் தமக்குக் காப்புத் தருமாறு வேண்டி நிற்பதைக் காணலாம்.

"அழிவில்லா வல்லவனே அடங்கலை அமைந்தவனே
எல்லாம் அழித்தபின் எழுப்புதல் செய்பவனே
எந்நாளும் எங்கள் பிழை எல்லாம் பொறுப்பவனே!
மரணவிளக்கம் பாடுவதற்கு மன்னா - நீ
காப்புத்தாயேன்..."

இப்பாடல் வரிகளில் மனிதனைப் படைத்துக் காத்து, மரணம் என்ற அழிவைத் தரக்கூடிய ஆற்றல் இறைவன் ஒருவனுக்கே உண்டு. அத்தகைய ஆற்றல் பொருந்திய இறைவனின் சிறப்பையும், மரணம் பற்றிய இன்றியமையாமையையும் இவ்வுலகில் வாழ்கின்ற மக்களிடத்தில் எடுத்துக் கூறுவதற்குக் காப்புத்தருமாறு வேண்டி நிற்பதைக் காணலாம்.

நாட்டுப்புறக்கூறுகள்:

நாட்டுப்புற பாடல்கள் பழங்காலந் தொட்டு இன்று வரை எழுத்தறிவில்லாத மக்களிடத்தில் வாய்மொழியாகப் பாடப்பட்டு வருகின்றன. இப்பாடல்கள், கருத்திற்கு முக்கியத்துவம் கொடுத்துப் பாடப்படுகின்றன. பாடப்படுகின்ற பாடல் கேட்கின்ற மக்களின் உள்ளத்தை எளிதாக சென்றடைய வேண்டும் என்பதற்காக எளிய சொற்கள் கொண்டு பாடுகின்றனர். அவ்வாறு பாடுகின்ற பொழுது தங்களின் நினைவு ஆற்றலுக்காகவும், மக்களின் நலன் கருதியும் ஒரே வரியைத் திரும்பத் திரும்ப பாடுகின்ற மரபை ஏற்படுத்தினர், இக்காரணத்தால் நாட்டுப்புறப் பாடல்கள் மக்கள் மத்தியில் இன்றும் சிறப்பு பெற்று விளங்குவதைக் காண முடிகிறது.

நாட்டுப்புற பாடல்களின் சாயலைப்போன்றே ஃபக்கீர் பாடல்களும் காணப்படுகின்றன. காரணம், ஃபக்கீர்கள் கல்வி கற்று இசைப்பயிற்சி பெற்ற பிறகு பாடுவதற்கு வருவதில்லை.

அவர்களும் தம் முன்னோர்கள் பாடிவைத்த பாடல்களையே நினைவில் நிறுத்தி வாய்மொழியாகப் பாடி வருகின்றதைக் காணலாம். ஆகையால் ஃபக்கீர் பாடல்களிலும் நாட்டுப்புறக் கலைக்கூறுகள் மிகுந்திருப்பதைக் காணமுடிகிற்து.

"அ.ச.ஞானசம்பந்தன்' தமது இலக்கியக்கலை என்ற நூலில், 'கலை' என்பது, இயற்கை ஆன்மக் கண்ணாடியில் பட்டு எதிர் தோன்றும் சாயலேயாகும் என்றும் அங்ஙனம் எதிர் தோன்றுகையில் மனதின் இயல்புகள், உணர்வு, உணர்ச்சி, ஆசை என்பவற்றோடு கலந்தே அது வெளி வருகிறது என்று கூறலாம்"(4) என்பார்.

இக்கருத்திற்கிணங்க ஃபக்கீர்கள் தம் உள்ளத்தில் எழுகின்ற சமய உணர்வுகளை வெளிப்படுத்தும் வாயிலாக அவர்கள் பாடல்கள் அமைந்து விளங்குவதையும், அப்பாடல்களில் நாட்டுப்புறக் கலைக்கூறுகள் இருப்பதையும் உணர முடிகிறது.

திரும்பத்திரும்ப பாடும் மரபு:

ஃபக்கீர்கள் பாடும் பாடல்களில் ஒரே வரி திரும்பத்திரும்ப இடம்பெறுவதைக் கீழ் வரும் பாடல்கள் மூலம் அறியலாம்.

"வரவேணும் எனதாசை என் மகமூதரே
கனவில் வரவேணும் எனதாசை
வரவேணும் எனதாசை மகமூதரே
கனவில் வரவேணும் எனதாசை
தரவேணும் தருஜாத்தே தவ்ஹீத் முஹபத்தே
தரவேணும் தருஜாத்தே தவ்ஹீத் முஹபத்தே தங்க
முகம்மதர் இங்கிதராஜர்
மங்கை ஆயிஷா மணவளரானோரே..."

இப்பாடல் வரிகளில் ஃபக்கீர் தம்முடைய கனவில் முகம்மது நபி வரவேண்டும் என்ற ஏக்கத்தோடு பாடுகின்றபொழுது, ஒரே வரி திரும்பத்திரும்ப இடம் பெறுவதை அறியலாகிறது. மற்றும் 'இறைநேசர்' என்றழைக்கப்படும் அவுலியாக்கள் மீது பாடும் பாடல்களிலும் நாட்டுப்புறப் பாடல்களின் சாயல் படிந்து இருப்பதைக்காணலாம்.

"நீங்கள் அவுலியாக்கள் எல்லோருக்கும் அலிப்பே
உம்மை அழைக்கிறதும் தெரியலையோ சாகிப்பே

நீங்கள் அவுலியாக்கள் எல்லோருக்கும் அலிப்பே
உம்மை அழைக்கிறதும் தெரியலையோ சாகிப்பே
யாகுசலா மென்னும் தஸ்தகீரே
என் நடையிலே என்ன குத்தம் குறை
இருக்கிறது என்று தெரியலே
யாகுசலா மென்னும் தஸ்தகீரே
என் நடையில் என்ன குத்தம் குறை
இருக்கிறது என்று தெரியலே..."

இப்பாடலிலும் ஒரே வரி திரும்பத்திரும்ப இடம் பெறுவதைக் காணமுடிகிறது.

எதுகை, மோனை அமைப்பு:

நாட்டுப்புறப் பாடல்களைப் பாடுகின்றவர்கள் தாங்கள் பாடுகின்ற பாடல்களை மனதினை விட்டு நீங்காதவாறு ஒரே வரியைத் திரும்பத்திரும்ப படிப்பது போன்று, பாடல் வரிகளை எதுகை, மோனை அமைப்புகளுடன் பாடி தம்முடைய நினைவு சக்தியைப் பெருக்கிக்கொள்வர். அம்முறையில் ஃபக்கீர்கள் தம் பாடல்களில் எதுகை, மோனை அமைப்பில் சொற்களைப் பயன்படுத்தி பாடியிருப்பதைக் காணலாம்.

"மக்கத்து அதிபதியே மகமூதர் என் கனியே
ஹக்கன் அருள் பெறும்
மிக்க வளம் தரும்
சொக்கன் அருள் பெறும் நபியே..."(7)

இப்பாடலில் அடிதோறும் இரண்டாம் எழுத்து ஒன்றி எதுகை பெற்று வருகிறது. அதே போன்று,

"மாயா இது உலகம் நீ எண்ணிப்பார்த்திடம்மா
மகமூதர் நபிநாதர் சொன்ன பொன்மொழி பேணிடம்மா
மறை ஓது தினம் நீயே அல்லாவை எண்ணு ....
மனம் என்ற திருவீட்டில் ஈமானைப் பேணு..."(8)

இப்பாடலில் அடிதோறும் முதல் எழுத்து ஒன்றி மோனை பெற்று வருகிறது.

ஃபக்கீர்கள் தம் பாடல்களில் அடிதோறும் முதல் எழுத்து, இரண்டாம் எழுத்து ஒன்றி வர பாடுவதோடு மட்டுமல்லாமல்,

அடிதோறும் இறுதிச் சொல் ஒரே சொல்லாகப் பொருந்தி வருமாறு பாடுவதை ஓர் உறுதியாகவும் கையாளுகின்றனர்.

"பெண்ணாக பிறந்தால் பாத்திமாவைப் போல பூமியில் வாழ்ந்திடணும்
கண்ணும் கருத்தும் தீனின் வழியை என்றும் நாடிடணும்
பாங்கைக்கேட்டு பணிவாய் நீயும் தொழுகையை நடத்திடணும்
நல்ல பண்பாய் கணவர் சொல்லை வணங்கி அன்பாய் வாழ்ந்திடணும்
நல்ல பண்பாய் கணவர் சொல்லை மதித்து பண்பாய் வாழ்ந்திடணும்."(9)

இப்பாடலில் வருகின்ற ஒவ்வொரு இறுதிச் சொல்லும் 'உம்' என்ற ஒலிக்குறிப்பைக் கொண்டு முடிந்து இருப்பதைக் காணலாம். இதனைப்போன்று 'ஏ' கார ஒலிக்குறிப்பில் முடியும் இறுதிச்சொல் பாடலையும் காணலாம்.

"உம்மை நாடி வந்தேன் பேரொலியே....
அருள் தரவேணும் நாகூர் சாகுல் மீரான் ஒலியே
மாணிக்காப்பூர்தனில் பிறந்தவரே....
தீன்பணி செய்ய தேசம் இங்கு வந்தவரே...
அண்ணலே காரணரே அருள் நேசரே..."(10)

திரிந்த அரபு தமிழ்ச்சொல் வழக்குகள்:

ஃபக்கீர்கள் தம் பாடல்களில் நடைமுறையில் பேசப்படுகின்ற திரிந்த பேச்சு வழக்குச் சொற்களையும், இஸ்லாமிய அரபுச் சொற்களையும் பயன்படுத்தி வருகின்றனர்.

"மரணம் விடாது
ஏமன் மலக்கென்னும் மௌத்
உன்னை மறந்து விடாது
அடே! இந்த துன்யா யாருக்கும் சொந்தமில்லையே
இங்க யாருமிருந்து நீடோடி வாழ்ந்தவர்கள் உண்டுமா
இந்த துன்யாவை நம்பின பாவிகள் மோசமே
அந்த ஆகிரத்தை நம்பினோருக்கு அங்கு பாசமே
இந்த துன்யாவில் பிறந்திடாமல் நாம இருக்க வேண்டுமே
பிறந்ததாலே மௌத் இப்ப நம்மள சேர்ந்ததே..."
என்று பாடுகின்றனர்.

இப்பாடலில் ‘மலக்கு, மௌத், அல்லாஹ், துன்யா, ஆகிரம்’ என்ற அரபுச் சொற்களைத் தமிழ்ச்சொற்கள் போல் கொண்டு பாடியிருப்பதையும், ‘ஏமன், சாக, இப்ப, நாம், நாமல், நம்மள’ என்று தமிழ்ச் சொற்களைப் பேச்சுவழக்கில் பாடியிருப்பதையும் பாடல் வாயிலாக அறியலாகிறது.

அடைமொழிகள்:

ஃபக்கீர்கள் தாம் பாடும் தனிப்பாடல்களிலும், கதையுடன் கூடிய பாடல்களிலும் இடம் பெறும் தலைமை மாந்தர்களுக்கு மட்டுமின்றி, எந்தவொரு பெயரைக் குறிப்பிடினும் அவர்களின் பெருமை அல்லது சிறுமை மூலம் பெற்ற பண்பு நலன்களை அடைமொழியாகக் கொடுத்துப்பாடுகின்றனர். அவ்வடை மொழியை இடத்துக்குத் தக்கவாறு குறுகிய அடைமொழியாக அல்லது நெடிய அடைமொழியாகவும் கொடுத்துப்பாடுகின்றனர்.

இறைவனைப் புகழ்ந்து பாடுகின்ற பொழுது, அவனுக்குரிய சிறப்புகளைக் கூறி பாடுகின்றனர்.

“அழிவில்லாத வல்லவன், ‘அடங்கலை அமைத்தவன்’, ஆதி அருள் கொண்ட வேதம், ‘ஜோதியாக விளங்குகின்ற தூய்மையானவன்’ என்றும் முகம்மது நபிக்கு பண்பு அடை கொடுத்துப் பாடுகின்றபொழுது,

‘வள்ளல் நபியே, ஆதிமுதல் ஒளியே, ஜோதி மதி
பொருளே
விண்ண வர் கண்மணியே, உலகம் புகழுகின்ற முகம்மது
உலகுக்கு ஒரு முத்து நபி என்றும் பாடுகின்ற தோடு,’

அவுலியாக்களுள் முகையத்தீன் அப்துல்காதர் ஜீலானியைக் கூறும்பொழுது,

‘திருவருள் ஞானி, ஞானக்கடல், ஞானஒளி, பேரொளி
அருள்நேசர், என்குருநாதரே’

என்றெல்லாம் பாடுகின்றனர்.

“ஹஜ்ரத் அலி என்பவரை ‘வீரமிக்கவரே’ என்றும், முகம்மது நபியின் மனைவி கதிஜாவை, ‘உண்மை கஜிதா’ என்றும், முகம்மது நபியின் மகள் பீவிபாத்திமா நாயகியைச் சொல்லும் பொழுது, ‘வாசம் புகழ் கொண்ட பாத்திமா, அழகு

பொருந்திய பாத்திமா, நாச்சியார்' என்ற சொற்களால் பண்பு அடை கொடுத்தும் பாடுகின்றனர்"

பாத்திரங்களில் பெயருக்கு முன்னால் குறு அடைமொழி கொடுத்து பாடுவது போன்று, நெடிய அடை மொழி கொடுத்தும் பாடுகின்றனர். 'நூறுமசலா' என்ற வினாவிடை பாடலில் இடம் பெறுகின்ற அப்பாஸ் அரசர், மெகர்பானுவல்லி என்ற இருவரையும் அறிமுகம் செய்கின்றபொழுது நெடிய அடை மொழிகளால் விளக்குகின்றனர். அப்பாஸ் அரசரை சொல்கின்றபொழுது,

"ஐந்தமெனும் நகரத்தை இனிதமென்னும் செங்கோல் நடத்தி அரசு புரிந்து வரக்கூடிய அகமதுஷாவுடைய மகன் அரசர் சிகாமணியிடம் திருநாமம் பெற்ற அப்பாஸ் சிகாமணி அவர்கள் " (13) என்று அடைமொழி கொடுக்கின்றனர்.

மெகர் பானுவல்லியைக் கூறுகின்றபொழுது,

"சீனமாநகர் தன்னிலே சிகரமென்னும் சிகாதி பெற்று இயற்கொடி நாட்டி வாழ்ந்து வரும் பாகவதி அரசுடைய மகளாகிய நூறரசி என்னும் திருநாமம் பெற்ற மெகர்பானுவாகப்பட்ட ஞான அலங்காரவல்லி". என்று பெயர்களுக்கு முன்னால் அவரவர் பண்பு நலன்களை ஒப்பிட்டு அடைமொழி கொடுத்துப் பாடுகின்றனர்.

நாடகத்தன்மை:

ஃபக்கீர் பாடல்கள் நாட்டுப்புறச் சாயலைப் பெற்று விளங்குவது போன்று, அப்பாடல்களுக்கு அவர்கள் உரைவிளக்கம் கூறுகின்ற பொழுது நாடகத்தன்மை கொண்ட வடிவில் விளக்குவதையும் காணமுடிகிறது, உரைவிளக்கம் கூறுகின்ற பொழுது, பாடல்களைக் கேட்போரை விளித்துச் சொல்லும் முறையும், உரைநடை விரவ உரையாடற் பாங்கில் சொல்லும் தன்மையும் காணலாம்.

ஃபக்கீர்கள் தம் பாடல்களில் விளித்துச் சொல்லும் வகையில் பாடல் கேட்கும் மக்களை விளித்துப் பாடுதல், பாத்திரத்தின் பெயர்கூறி விளித்துப்பாடுதல் என இருவித முறையைக் கையாளுகின்றனர்.

ஃபக்கீர்கள், தாம் இந்தப் பாடலை அல்லது இந்த சரித்திரத்தைப் பாடப்போகிறேன். அதற்கு நல்லருள் கிடைக்க இறைவனிடத்தில் நீங்கள் எல்லாம் வேண்டுதல் செய்ய வேண்டும் என்று மக்களை விளித்துப் பாடும் முறை அவர் தம் பாடல்களில் இடம் பெறுகிறது.

'நூறுமசலா' எனும் சரித்திர வரலாற்றை நாங்கள் சொல்லலாம் ' என்று ஆரம்பம் செய்கிறோம். அல்லாவுடைய நல்லடியார்களே! அல்லாவிடத்தில் எங்களுக்கு நல்லருளுமாறு துஆ செய்யுமாறு கேட்டு, இதனை ஆரம்பம் செய்கின்றோம்"(15) என்பதைக் குறிப்பிடலாம்.

ஒரு நிகழ்ச்சியைக் கூறிக்கொண்டு வரும்பொழுது, அதில் இடம்பெறும் குறிப்பிட்டவரின் பெயரைச் சொல்லி அவர்களைப் போன்று நீங்களும் இருக்க வேண்டும் என்று கேட்கின்ற மக்களைப் பார்த்து பாத்திரத்தின் பெயர்கூறி விளித்துப் பாடுதல் முறையாகும்.

உதாரணமாக, பாத்திமா நாயகியின் திருமண நிகழ்ச்சியைப் பற்றி கூறுகின்றபொழுது, ஓர் இடத்தில் இம்முறையைக் கையாளுவதைக் காணலாம். மறுமை நாளில் பெண்களுக்காக வாதாடக்கூடிய பொறுப்பைத் தமக்கு அளிக்க வேண்டும் என்று இறைவனிடத்தில் வேண்டி நின்ற நிகழ்ச்சியைக் கூறிவிட்டு, "அல்லாவுடைய நல்லடியார்களே! பெண்களே! நீங்களும் பாத்திமாநாயகி அவர்களின் இத்தகைய வாழ்க்கையைப் பின்பற்றி வாழவேண்டும்" (16) என்று கூறுவதைக் காணலாம்.

உரையாடற் பாங்கு:

ஃபக்கீர் பாடல்களில் நாட்டுப்புற நாடகத்தில் இடம் பெறுகின்ற உரையாடற் காட்சியினைப் போன்று, அவர்கள் தம் பாடலுக்குத் தருகின்ற உரைவிளக்கங்களிலும் இத்தகைய உரையாடற் பாங்கினைக் காணலாம்.

பாத்திமாநாயகியின் திருமண நிகழ்ச்சியில், ஹஜ்ரத் அலி முகம்மது நபியிடம் சென்று பெண் கேட்கின்ற நிகழ்ச்சி, உரையாடற் பாங்கில் அமைந்து விளங்குவதைக் காணலாம்.

"ஒருநாள் அபூபக்கர் சித்திக்(ரலி), உமர்கத்தாபு(ரலி) அவர்கள் இருவரும் 'மஸ்ஜிதுநபவி' பள்ளியில் இருந்த ஹஜ்ரத்

அலியைப் பார்த்து, உங்களிடத்தில் நல்ல செய்தி ஒன்று சொல்ல வந்திருக்கிறோம்

'வீரம் பொருந்தியதோர் ஹஜ்ரத் அலியே!
நல்லதொரு செய்தி ஒன்று சொல்லக்கேளும்'

வீரமிக்கவரே! அலியே! உங்களுடைய நபியின் மகளாகிய பாத்திமாவை அனைவரும் பெண் கேட்டு வாரார்கள். நீங்கள் போய் நபியிடம் கேளுங்கள், உங்களுக்கு தருவார் என்று நம்புகின்றோம். அதனைக்கேட்ட ஹஜ்ரத் அலிக்கு பாத்திமாவை நமக்கு மணம் முடித்து தருவார்களா என்ற ஐயம் ஏற்பட்டது. பின் நபியிடம் சென்று சலாம் கூறுகிறார்கள்" (17)

ஃபக்கீர் தருகின்ற இத்தகைய உரைவிளக்கம் உரையாடற் பாங்கில் அமைந்திருப்பதைக் காட்டுகிறது.

நூறுமசலா பாடலில்,

"ஏய் மன்னவரே! உன்னைப் பார்க்கும்பொழுது பதினாறாம் நாள் சந்திரனைப் போல் இருக்கிறாய். செந்தாமரைப் புஷ்பமாகப்பட்ட மலரைப்போல் அழகாக இருக்கிறாய்" (18) என்று இருவரும் எதிர்முன் நின்று உரையாடுவது போன்ற காட்சியினையும் ஃபக்கீர் பாடல்களில் காணமுடிகிறது.

பாடலும் உரையும் விரவுதல்:

ஃபக்கீர் தம் பாடலுக்கு உரைவிளக்கம் கூறுகின்றபொழுது, சங்கிலித்தொடர் போன்று கூறிச் செல்வதையும் இறந்தகால நிகழ்ச்சியை நிகழ்காலத்தில் தம் முன்னால் நிகழ்ந்தது போன்று சொல்வதும், தாங்களே வினாவை எழுப்பி அவ்வினாவிற்குரிய விடையைக் கூறி செல்வதையும் காணலாம்.

"அல்லா பாலகர் இல்லாமல்
ஆமினம்மா பாங்காட்டு துஆ இருந்தார்கள்
அல்லா செல்வர்கள்' இல்லாமல்
ஆமினம்மா சிறப்பாற்றுவார் இருந்து...'

என்ற பாடலுக்கு பின்வருமாறு உரைநடை விரவ, சங்கிலித்தொடர் போன்று உரைவிளக்கம் கூறுவதைக்காணலாம்.

பட்டணத்திலே காபா ஷரீபுக்கும் மதினாவுக்குமிடையே அண்ணாருடைய அன்னை ஆமினா அவர்கள் பன்னிரண்டு

வருடம் குழந்தை இல்லாமல் இருந்தார்கள். செல்வர்கள் இல்லாமல் துஆ செய்தார்கள். காணிக்கை ஏத்தினார்கள். அப்படி இருக்கக்கூடிய நேரத்திலே, ஒருநாள் திங்கட்கிழமை இரவினிலே, ஆமினம்மா இஷா தொழுகைக்குப் பின் நித்திரையில் தூங்கிக் கொண்டிருந்தார்கள்."19 என்று உரைநடை விரவச் சங்கிலித் தொடர் போன்று சொல்வதைக் காணலாம்.

வினா-விடை:

இவ்வுலகிற்கு முகம்மதுநபியை இறைவன் படைத்த நிகழ்ச்சியைக் கூறும்பொழுது, அதற்கொரு வினாத் தொடுத்து விடையாக அவர்களே பதில் கூறுவதைக் காணலாம்.

"இந்த இருளடைந்த உலகத்திலே, இந்த இருள் கடந்த பூமியிலே, அல்லாவின் ஆசைக்கடலிலே மூழ்கிய முத்தாக எம்பெருமானை இந்த துன்யாவிலே இறக்கித் தந்தான். யாருடைய வழியில் இறக்கித் தந்தான் அல்லா ஆமினா அப்துல்லாஹ் என்ற இருவரும் வெகுநாட்களாக குழந்தை இல்லாமல் பிரார்த்தனை செய்து வந்ததன் காரணமாக இறக்கினார்கள்(20) என்று வினாவிற்குரிய விடையாக உரைவிளக்கம் கூறிசெல்வதைக் காணமுடிகிறது.

இங்கு ஃபக்கீர்கள் முகம்மது நபியை இவ்வுலகிற்கு யார் வழியில் இறக்கித்தந்தான்? என்ற கேள்வியைக் கேட்டு, அவர்களே அதற்கு விடையாக ஆமினா, அப்துல்லாஹ் என்ற அவருடைய தாய்தந்தையர் வழியில் அல்லாஹ் படைத்தான் என்று கூறுவதைக் காணமுடிகிறது.

நாட்டுப்புறத் தன்மை சார்ந்த உவமைகள்:

ஃபக்கீர்கள் தாம் பாடும் பாடல்களிலும், அப்பாடலுக்குத் தருகின்ற உரைவிளக்கங்களிலும் பேச்சுவழக்கில் பயன்படுத்துகின்ற உவமைகளைக் கையாளுவதைக் காணலாம். அவ்வுவமைகள் யாவும் நாட்டுப்புறச் சாயல் கொண்டு அமைந்திருப்பதையும் காணமுடிகிறது.

'சைத்தூன் கிஸ்ஸா'வில் ஆண்வேடம் போட்டு சண்டை செய்யவந்த சைத்தூன் என்ற பெண்ணைப் பார்த்து முகம்மது ஹனீபா கூறுவதை ஃபக்கீர்கள் உவமை கொண்டு பாடுவதைக் காணலாம்.

பெண்ணாய் பிறந்த நீ ஆண் வேடம் போட்டு ஆண் முன்னால் பேசுகிறாய். ஆப்பை பிடிக்க வேண்டிய நீ வில் பிடித்து நிற்கிறாய். இந்த உலகத்தில்,

"புலியைப் பசுவும் வெல்வது உண்டோ
பூனையை எலிகள் வெல்வது முண்டோ"(21)

என்று பாடுவதையும், மற்றொரு இடத்தில் முகமதுஹனிபா சண்டை செய்ய முற்பட்டதை,

"ஒரு பெரிய ஆட்டுக்கிடைக்குள் ஒரு பெரிய புலி புகுந்தது போன்று இருந்தது" (22)

என்றும் உவமையுடன் விளக்குகின்றனர்,

'நூறுமசலாவில்' முதல் நாள் போட்டியில் அப்பாஸ் அரசர் மெகர்பானுவல்லியை வென்றுவந்த நிகழ்ச்சியைக் குறிப்பிடும் பொழுது உவமைச் சொற்களைக் கையாளுவதைப் பாடல்களில் காணலாம், அப்பாஸ் அரசரை சொல்லும்பொழுது,

"சிங்கத்தின் முன் தப்பி வந்த கருந்தேகமுள்ள ஆனை போலும்
தங்குமயில் வாயிற் றப்பும் நெடும் சர்ப்பமது தன்னை போலும்
சர்ப்பவாயிற் றப்புகின்ற குளத்தவளையது தனைப்போலும்
செப்பிடுமா வேங்கை வாயிற் றப்பும் செம்மறியாடதனைப் போலும்..."

என்று பாடுகின்றனர். இவ்வாறாக ஃபக்கீர்கள் தங்கள் பாடல்களிலும், உரைவிளக்கங்களிலும் உவமைச் சொற்களைக் கையாளுகின்றனர். இது போன்று பரிகள், நித்திரை என்பது போன்ற தமிழ் இலக்கியச் சொற்கள், பஜார், ஜல்தி போன்ற பிறமொழிச் சொற்களையும் ஃபக்கீர்கள் தாம் பாடுகின்ற பாடல்களில் கையாளுவதைக் காண முடிகிறது.

குறிப்புகள்:

1. கவுஸ்மைதீன் அவர்களுடன் பேட்டியின் போது அறிந்த செய்தி, நாள் 8-10-88
2. பின்னிணைப்பு-1, ப.2
3. மேலது, ப.11
4. அ.ச.ஞானசம்பந்தன், இலக்கியக் கலை, ப.49
5. பின்னிணைப்பு-1, ப.2
6. மேலது, ப.4
7. மேலது, ப.3
8. மேலது, ப.19
9. மேலது, ப.18
10. மேலது, ப.24
11. மேலது, ப.12
12. மேலது, ப.1-34
13. மேலது, ப.40
14. மேலது, ப.40-41
15. மேலது, ப.37
16. மேலது, ப.34
17. மேலது, ப.32
18. மேலது, ப.43
19. மேலது, ப.26
20. மேலது, ப.25
21. அப்துல்காதர் ஸாஹிபு, 'சைத்தூன் கிஸ்ஸா', ப.5
22. மேலது, ப.7
23. கண்ண ஹ்மது மகதூம் முஹம்மது புலவர், நூறுமசலா, ப.33
24. பின்னிணைப்பு-1, ப.45
25. மேலது, ப.26

இன்றைய நிலை

ஃபக்கீர் என்ற அமைப்பு இஸ்லாமியச் சமயம் ஏற்றுக்கொண்ட அமைப்பேயாகும். தமிழ்நாட்டில் இஸ்லாம் சமயம் அறிமுகமான காலந்தொட்டு, இத்தமிழ்நாட்டின் சூழ்நிலைக்கேற்றவாறு இன்றும் தொடர்ந்து வருகிறது. தொடக்கத்தில் கொள்கையளவில் இப்ஃபக்கீர் அமைப்பு ஒழுக்கக் கட்டுக்கோப்புடன் விளங்கியதைக் காணலாம். ஆனால், இன்றைய இருபத்தோராம் நூற்றாண்டில் ஏற்பட்ட சமூக பொருளாதார மாற்றங்களால் பல்வேறு நிறுவனங்களும், சமூக அமைப்புகளும் பாதிப்பு அடைந் திருப்பதைப் போன்று ஃபக்கீர் என்ற அமைப்பும் பாதிப்பு அடைந்துள்ளது.

உலகில் தோன்றிய சமயங்கள் ஒவ்வொன்றும் கொள்கையளவில் தங்களுக்குரிய இறைவழிபாட்டைக் கடைப்பிடிப்பவனாக இன்றும் விளங்குகின்றன. தொடக்கத்தில் ஒரு நோக்கத்தோடு தோன்றிய பல சமயங்கள் கால வளர்ச்சியில் பல மாறுதல்களுக்கு ஆளாயின. எனவே அவை கொள்கை அடிப்படையிலும் பல மாறுதல்களுக்கு உட்பட்டன. ஆனால், இஸ்லாமியச் சமயத்தில் ஆன்மீகக் கொள்கையில் இன்றளவும் பெரிய அளவில் மாற்றம் ஏற்படவில்லை என்றாலும் இஸ்லாமியர்களாகிய சூஃபிகளின் வழிபாட்டு முறை இஸ்லாமிய வழிபாட்டு முறையினின்று சற்று மாறுபட்டதாகவே அமைந்துள்ளது. சூஃபிக்களில், ஆன்மீக வழியைப் பின்பற்றிய ஃபக்கீர்களும் காலப்போக்கில் அம்முறை யினின்று மாறுபடத்தொடங்கினர்.

இஸ்லாம் சமயம், "இறைவன் ஒருவனே; அவனே அல்லாஹ்" என்றும், இஸ்லாமியர்கள் அவன் ஒருவனையே வணங்க வேண்டும் என்றும் வலியுறுத்துகிறது. இதனையே இஸ்லாமியர்கள் "லாயிலாஹ இல்லலாஹ் முஹம்மது ரசூல்லுல்லாஹ்' 'வணக்கத்திற்குரிய அல்லாஹ்வை தவிர வேறு நாயகன் யாருமில்லை " (1) என்று கலிமாவின் மூலம் தங்களின் இறைநம்பிக்கையை உறுதியாக்குகின்றனர். இவ்வழிபாட்டு நிலையில் இருந்து சற்று மாறுபட்டவர்களாக பலர் தங்களின் 'அறிவொளியைக் கொண்டு இறைவனைக் காணமுற்பட்டனர். இந்த ஒரு நிலை எல்லா சமயங்களிலும் காணப்படுகிறது. இவர்களை ஞானிகள் அல்லது சித்தர்கள் என்று அழைப்பர். இஸ்லாம் சமயத்தில் இவர்களை 'சூஃபி' என்று அழைக்கின்றனர். இத்தகைய 'ஞானநிலை' அல்லது 'ஆன்மீக நிலை' அனைவருக்கும் கிடைப்பதில்லை.

இறைவன் என்னும் உண்மைப்பொருளை உண்மை அறிவு கொண்டு நிலையான மனத்தினில் வைத்து அறிய முற்படுவதால்தான் இதனை மெய்பொருள் நிலை அல்லது மெய்ஞ்ஞான நிலை என்கின்றனர்.

ஆன்மீக நிலை பற்றி கூறும் எச்.முகம்மது சலீம் "ஆன்மீக உலகம் ஓர் அனுபவ உலகம். நீரின் தன்மையையும், நெருப்பின் வெம்மையையும், மலரின் மணத்தினையும் மதுவின் குணத்தினையும் அவற்றோடு பொறிப்புலன் வழி தொடர்புடையார் மட்டுமே உணர்ந்திட இயல்வது போன்று ஆன்மீகத்துறை எனப்படும் மெய்ப்பொருள் அறிவுத்துறையில் ஈடுபட்டு உள்ளோரும் தத்தம் அனுபவங்களைத்தாம் உணர்தலன்றி பிறர்க்கு முழுமையாய் உணர்த்திட இயலாது."2) என்கிறார்.

மெய்ஞ்ஞான நிலைபற்றி தக்கலை பீர்முகம்மது அப்பா அவர்கள் தம்முடைய ஞானப்புகழ்ச்சியில் கூறுவதை இங்கு முகம்மது சலீம் – சுட்டிக்காட்டுகிறார்.

"ஆன்மீக பயணத்தின் அனுபவங்கள் உணரத்தக்கனவே அன்றி உரைக்கத்தக்கனவல்ல என்று அப்பா அவர்கள் கூறுகின்றார்கள்.

"சொல்லதகுமல்ல விப்பொருளை
சுருட்டி மறைக்கிறேன் ஷரகுக்காக
எல்லையறிந் துன்னை வணங்க வல்லார்க்
கிரங்கி இருப்போனே துணைசெய்வாயே"

(ஞானப்புகழ்ச்சி -17)

என்று கூறுகிறார்.(3)

எனவே இத்தகைய மெய்ப்பொருள் அனுபவத்தினால் மனிதன் அறிவு விளக்கம் பெறுகிறான் என்பதோடு மட்டுமல்லாமல், அறிவின் எல்லைக்கும் அப்பாற்பட்ட பேருண்மைகளைக் காணுமாறு அவன் மனத்தினுள் ஓர் உள்ளொளிப் பிறக்கிறது. அந்நிலையில் மனமானது ஞானநிலையை அடைகிறது எனலாம். இத்தகைய ஞானவழியில் சென்று இறைவனைக் காண முற்பட்டவர்களாக ஃபக்கீர்களின் முன்னோடிகளான சூஃபிகள் காணப்படுகின்றனர்.

ஃபக்கீர்களின் ஆன்மீக நிலை:

சூஃபிகள் ஞான நிலையை அடைவதற்கு மேற்கொண்ட பயிற்சிநிலைகள் எனலாம் அவை, ஷரீஅத், தரீகத், ஹகீகத், மஃரிபத் ஆகும்.

பீர்முகம்மது அப்பா தமது ஞானமணிமாலையில் மெய்ப்பொருள் அறிவுநிலை(ஷரகு) பற்றிக் கூறும் பொழுது இந்நான்கு நிலைகளையும் குறிப்பிடுகின்றார்.

"ஆதியை அறிய வேண்டின் அழகிய நிலமை நாலாம்
ஓதிய ஷரீஅத் தென்றும் உவந்திடு தரீகத் தென்றும்
நீதிசேர் ஹகீகத் தென்றும் நெறியுள்ள மஃரிபத்தால்
ஆதியைக் காணலாமென் றகுமதர் அருளிச் செய்தார்" (4)

(ஞானமணிமாலை 11)

இந்நான்கு நிலைகளுள் சூஃபிகள் மஃரீபத் எனும் உள் வணக்க வழியை மேற்கொண்டவர்களாக இறைவனைக் காணமுற்பட்டனர். இத்தகைய நெறிமுறைகளைத் தாமும் கடைப்பிடிப்பதாகவே ஃபக்கீர்களும் தங்களைப்பற்றி கூறிக்கொள்கின்றனர். ஆனால் இன்றளவில் இப்பயிற்சி நிலையை ஃபக்கீர்களிடத்தில் காணமுடியவில்லை.

தொடக்கக் காலத்தில் ஒரு ஃபக்கீர் தன்னுடைய குருவிடம் தீட்சை பெற்று முரீத் வாங்குவதற்கு அவர் இறையனுபவ அறிவை பெற்றிருக்க வேண்டும். அதாவது தாம் கண்ட இறை அனுபவத்தை தன் குருவிடம் பரமரகசியமாகக் கூறிய பின்னரே அவருக்கு ‘முரீத்’ வழங்க வேண்டும் என்கின்ற வழக்கம் இருந்து வந்துள்ளது. இந்நிகழ்ச்சி பற்றி தொடக்க காலத்தில் இருந்து வந்த முறையை ‘இஸ்லாமிய அகராதி’ என்ற நூலில் காணமுடிகிறது.

தனிப்பட்ட ஒருவர் இந்த மார்க்கத்தில் சேரவேண்டுமானால் ஷேக் தலைமையிலான குழுவை நாடி அடைந்து ‘லாயிலாஹ இல்லலாஹூ’ என்ற மந்திரச்சொல்லை காதில் மூன்று முறை ஓதச்செய்வார். அதனை அவர் ஒவ்வொரு நாளும் 101, 151 அல்லது 301 முறை உச்சரிக்க வேண்டும். இந்த சடங்குக்கு பெயர் ‘தல்ஹின்’ என்பதாகும். இந்த சடங்கை ஏற்கின்றவர்கள் தங்கள் தலைவர் அல்லது குருவுக்கு தங்களுக்கு ஏற்படுகின்ற இறைக்காட்சிகள் அல்லது இறை அனுபவங்களை தங்கள் இறைவாழ்க்கையின் வெளித்தோன்றல்களாகக் கருதி அதனைத் தங்கள் இறைக்குழுவினரிடம் பகிர்ந்து கொள்ள வேண்டும். இந்த இறைக்காட்சி அல்லது இறை அனுபவத்துக்கு பிறகுதான் ஷேக் எனும் இறைக்குருமார் யாஅல்லா’ என்ற இரண்டாவது இறைச்சொல்லை சொல்லி அந்தப் புதிய நபரை வழிநடத்தி வைப்பார். அதற்கு அடுத்த கட்டமாக ‘யா காகார்’ என்ற இறைவார்த்தையையும் கூறுவார்.

‘ஷில்லே’ என்று அழைக்கப்பட்டு 40 நாட்கள் அல்லது அதற்கு மேலும் நீடிக்கும். இதற்கு பின் அந்த தனிப்பட நபருக்கு தலைமை இறைக்குருவின் வம்சத்தில் சேர்க்கப்பட்டு ‘தக்யிலுகூலுச்’ என்றபட்டம் சூட்டப்படுகிறது. இந்த இறைமார்க்கத்தைப் பின்பற்றுகின்ற நிலையில் இதைப் பின்பற்றும் சீடர் ‘முரீத்’ என்றும் இந்த இறைஞானத்தைப் பயிற்றுவிப்பவர் ‘முர்ஷித்’ என்னும் பட்டப்பெயரில் அழைக்கப்படுகின்றனர். ‘முர்ஷித்’ என்றால் இறைஞான வழிகாட்டி என்பதாகும்.

மேற்கூறிய கருத்தின் படி ஃபக்கீர்கள் நடத்துகின்ற ‘முரீத்’ சடங்கு நிகழ்ச்சியில் இன்றைய நிலையில் தொடக்கத்தில் இருந்த நிலையைக் காட்டிலும் மாறுபட்ட நிலையைத்தான்

காணமுடிகிறது. அதாவது முன்னர் 'முரீத்' வாங்கியவர்கள் 40 நாட்கள் 'ஷில்லா ' என்னும் நெறியைக் கடைபிடித்தனர். அதன்பின்னரே தெருக்களுக்குச் சென்று 'தாயிரா' என்ற இசைக்கருவி கொண்டு பாடுவதற்குண்டான தகுதியைப் பெற்றிருந்தனர். ஆனால் இன்றைய நாளில் 'முரீத்' வாங்கிய மூன்றாம் நாளிலே பாடுவதற்குச் சென்று விடுகின்றனர்.

ஃபக்கீர்களின் வாழ்வியல்:

மதுரை வட்டாரத்தில் வாழ்ந்து வருகின்ற ஃபக்கீர்களின் வாழ்க்கை வறுமைக் கோட்டிற்கும் கீழ் நிலையிலேயே உள்ளது. இன்றைய நிலையில் இவர்கள் தம் அன்றாடத்தேவைகளை யாசித்தல் தொழில் மூலமே பெற்று வாழ்ந்து வருகின்றனர். ஃபக்கீர்களின் குடும்பத்தில் எவரேனும் ஒருவர் பாடுவதைத் தொழிலாகக் கொண்டுள்ளனர். பாடல் தொழிலுக்கு வருவதற்கு முன்னதாக தம் சிறுவயது முதற்கொண்டே பாடத்தொடங்கி விடுகின்றனர். ஃபக்கீர்கள் சில நூற்றாண்டுகளுக்கு முன்னதாக இருந்த ஒவ்வொருவரும் தம் ஆர்வம் காரணமாக மதப்பிரச்சாரத்தில் ஈடுபட்டு 'தாயிரா' என்ற கருவி கொண்டு பாடல்களைப் பாடி யாசகம் பெற்று வருகின்றனர். அவ்வாறு யாசகம் பெற்ற பொருட்களை வசதியில்லாத பிறமதத்தாரிடம் கொடுத்து, அவர்களை இஸ்லாத்தைப் பின்பற்றுமாறு செய்தனர் என்றும் ஒரு ஃபக்கீர் கூறுகிறார்.

ஆனால் இன்று அம் மதப்பிரச்சாரப்பாடல்களைத் தொழில் ரீதியாக இக்கால சமுதாயத்துக்கு ஏற்றவாறு மாற்றிப்பாடி, அதன் மூலம் பெறுகின்ற யாசகத்தைத் தங்கள் வயிற்றுப் பிழைப்புக்குப் பயன்படுத்துபவர்களாக உள்ளனர்.

குடும்ப வாழ்க்கை முறை:

மதுரைவட்டாரத்தில் ஃபக்கீர்கள் மூன்று இடங்களில் வாழ்கின்றனர். மதுரைப் பெருநகரை ஒட்டி மீனாட்சிபுரம் என்ற பகுதியிலும், ஈரா நகர் என்ற இடத்திலும் வாழ்ந்து வருகின்றனர். இதைத் தவிர்த்து மதுரைவட்டாரத்திற்குட்பட்ட சக்கிமங்களம் என்ற ஊருக்கு அருகில் அமைந்திருக்கும் சத்யாநகர் என்ற இடத்திலும் வாழ்கின்றனர். இந்த மூன்று இடத்தில் இவர்கள்

மணமுடித்து குடும்ப வாழ்க்கையை மேற்கொண்டவர்களாக உள்ளனர்.

மதுரை வட்டாரத்தில் சுமார் ஐம்பது குடும்பங்கள் வரை உள்ளன. ஃபக்கீர்கள் தங்கள் வாழ்கின்ற பகுதியில், தம்முடைய இருப்பிடத்தைக் காட்டும் அளவில் நீண்ட பச்சை நிறத்திலான கொடியுடன் கூடிய மரம் ஒன்று ஊன்றி வைத்துள்ளனர். அம்மரத்தை ஒட்டி, ஓர் அவுலியாக்களின் பெயரால் சிறிய திண்ணை போன்று கட்டி வைத்துள்ளனர்.

ஃபக்கீர் குடும்பங்களில் பெரும்பான்மையோர் பாடுவதைத் தொழிலாகவும், சிலர் கடைகளுக்குச் சென்று சாம்பிராணிப் புகை காட்டுவதைத் தொழிலாகவும் கொண்டுள்ளனர். அதன் மூலம் மட்டும் பெறுகின்ற வருமானத்தால் (யாசகத்தால்) குடும்ப வாழ்க்கை நடத்துகின்றவர்களாகவும் உள்ளனர். மற்றும் சிலர் தங்களுக்கு மட்டுமே உரிய இவ்விரண்டு தொழில்களையும் தவிர்த்துப் பழைய பூட்டு, குடை போன்ற பொருட்களைப் பழுது நீக்கிக் கொடுக்கின்ற தொழிலையும், பலூன் விற்கின்ற தொழிலை மேற்கொண்டவர்களாகவும் வாழ்க்கை நடத்துகின்றனர்.

ஃபக்கீர்கள் குடும்ப உறவு முறைகளில் கூட்டுக்குடும்பமாக இல்லாமல், அவரவர்கள் தனித்தனி குடும்பமாக மிகக் குறுகிய குடிசை மற்றும் ஓட்டு வீடுகளிலேயே வாழ்கின்றனர். ஒவ்வொரு குடும்பத்திலும் சிறு குழந்தைகள் உட்பட மூன்று அல்லது நான்குபேர் வரை உள்ளனர். ஃபக்கீர்கள் தங்கள் குடும்ப வாழ்க்கைக்கு உட்பட்ட நிகழ்ச்சியாயினும் அல்லது எந்தவொரு நிகழ்ச்சிக்குச் செல்லவேண்டியிருந்தாலும் 'கூடி முடிவு எடுத்தல்' என்ற ஒரு கொள்கைக்குக் கட்டுப்பட்ட அமைப்பு முறை யிலேயே இன்றும் வாழ்ந்து வருகின்றனர்.

திருமண வாழ்க்கை நிலை:

இஸ்லாம் சமயத்தில் மக்கள் நான்கு பிரிவினர்களாகக் காணப்படுகின்றனர். "முகம்மது நபி(ஸல்) அவர்கள் காலத்திற்குப் பின்னர் இஸ்லாம் சமயத்தில் நான்கு பிரிவுகள் தோன்றின. ஹனபி, மாலிக், ஷாபி, ஹம்பலீ என்பவையாகும். இந்நான்கு பிரிவுகளும் முகம்மது நபி(ஸல்) அவர்களுக்குப் பின்னர்

நான்காவது வழித்தோன்றலில் ஏற்பட்டது' இறைவனால் அருளப்பட்ட குர்ஆனையும், முகம்மது நபி(ஸல்) அவர்களால் அருளப்பட்ட ஹதீசையும் பின்பற்றியே இந்நான்கு பிரிவுகளும் தோன்றின" என்கிறார்.

இஸ்லாம் சமயத்தினர் பிரிவுகளால் வேறுபட்டவர்களாக இருப்பினும் வழிபாட்டு முறையில் எல்லோரும் ஒரே முறையைக் கடைப்பிடிக்கின்றனர். ஏக இறைவனாகிய அல்லாஹ்வை வழிபடுவதும், இஸ்லாத்தில் ஷரீஅத் சட்டத்திட்டங்களுக்கு உட்பட்ட முறையிலேயே தங்களுடைய பிறப்பு, இறப்பு தொடர்பான சடங்குகளை நிறைவேற்றுவதும், திருமணச் சடங்கு நிகழ்ச்சிகளையும் நடத்தி வருகின்றனர். இந்நிலையில் மேற்கூறப்பட்ட நான்கு பிரிவுகளுள் மதுரை வட்டாரத்தில் வாழுகின்ற ஃபக்கீர்களில் பெரும்பான்மையானோர் 'ஹனபி பிரிவைச் சேர்ந்தவர்களாக உள்ளனர். ஃபக்கீர்கள் 'நிக்காஹ்' எனும் திருமணச் சடங்கை இஸ்லாமிய ஷரீஅத் சட்டத்திற்கு உட்பட்ட முறையிலேயே நடத்துகின்றனர்.

"சமூக அமைப்புக்கு அடிப்படையான குடும்ப அமைப்பை நன்முறையில் அமைத்திட வேண்டும் என்று இஸ்லாம் கூறுகிறது. துறவறத்தை இஸ்லாம் ஏற்றுக்கொள்ளவில்லை. ஓர் ஆணும், பெண்ணும் இரு சாட்சிகளுக்கு முன்னர் திருமணம் புரிந்து கொண்டு இல்லறத்தை நடத்த வேண்டும் என இஸ்லாம் போதனை செய்கிறது. திருமணத்தின் வாயிலாக உறவினர்களாகும் மனிதர்களிடையே ஒருவருக்கு இன்னொருவர் மீது உரிமைகள் ஏற்படுகின்றன. இந்த உரிமைகளை நிறைவேற்றுவது கடமையாகும் என்றும், திருமணம் ஒவ்வொருவரும் ஒருவர் மற்றொருவர் மீது உரிமை செலுத்துவதன் முலம் உலகில் அன்பு மிகுந்த நல்லதொரு சமயம் ஏற்பட வழியுண்டாகிறது"(8)

இக்கொள்கைக்கிணங்க ஃபக்கீர்கள் தம் முன்னோர்களின் நெறிகளில் இருந்து சற்று மாறுபட்டவர்களாக துறவறத்தைக் கைவிட்டு, இல்லறத்தை மேற்கொண்டவர்களாக உள்ளனர்.

அதாவது ஃபக்கீர்களின் முன்னோடிகளான சூஃபிகள் தங்களின் மனநிலையை ஆன்மீகம் ஒன்றுக்கே அர்ப்பணித்தவர்களாக இல்லறம் துறந்து, துறவறத்தை

மேற்கொண்டவர்கள் ஆவர். காலவளர்ச்சியில் ஏற்பட்ட மாற்றங்கள் பலவற்றுள் ஃபக்கீர் அமைப்பும் இம்மாற்றத்துக்கு உட்பட்டது. அவ்வகையில் சூஃபிக்களின் கொள்கையிலிருந்து மாறுபட்டவர்களாக ஃபக்கீர்கள் ஷரீஅத் சட்டத்திட்டத்திற்கு உட்பட்டு முகம்மது நபி(ஸல்) அவர்கள் பொன்மொழியைப் பேணுபவர்களாகவும் வாழ்ந்து வருகின்றனர்.

அண்ணல் பெருமான் நபி(ஸல்) அவர்கள் துறவறத்தை விடுத்து உலக வாழ்வில் ஒழுக்கத்தைக் கடைப்பிடிப்பதற்கான போதனையைக் கூறுவதாக, மௌலானா சையீத் அபு அஃலா மௌதூதி இங்கு கூறுவதைக் காணலாம். "அண்ண ல் நபி(ஸல்) அவர்களின் ஒத்துழைப்பு முக்கியமான மற்றொரு போதனையை நமக்கு அருளுகிறது. அதாவது ஒழுக்கம் என்பது மக்கள் நடமாட்டம் இல்லாத குகைகளில் வசிக்கும் முனிவர்களுக்குரியதல்ல. மடங்களில் இருக்கும் துறவிகளுக்குரியது மல்ல. தனது வாழ்வின் ஒவ்வொரு துறையிலும் திருப்பத்திலும் கடைப்பிடிப்பதற்காக இவ்வுலகில் வாழும் மனிதர்களுக்குரியதாகும்" 9) என்கிறார். இக்கொள்கையைக் கடைப்பிடிப்பவர்களாகவும் இன்று ஃபக்கீர்கள் காணப்படுகின்றனர்.

இஸ்லாம் சமயத்தில் ஒரு பிரிவினர் மற்றொரு பிரிவிலிருந்து பெண் எடுத்து அல்லது பெண் கொடுக்கின்ற மரபு மிகவும் அரிதாகக் காணப்படுகிறது. அவ்வழியில் ஃபக்கீர்களும் தங்கள் ஃபக்கீர் குடும்பத்திற்குள்ளேயே பெண் எடுத்து, பெண் கொடுக்கின்ற திருமண முறையைக் கடைப்பிடிக்கின்றனர். ஒரு சிலரே ஃபக்கீர் அல்லாத இஸ்லாமியர் குடும்பங்களிலும் தங்கள் திருமண உறவினை மேற்கொள்கின்றனர். தங்களின் ஏழ்மை நீங்கி அடுத்த தலைமுறை வசதியுடன் வாழவேண்டும் என்ற மனப்போக்கே, இத்தகைய திருமண உறவிற்கு அவர்களை விருப்பம் கொள்ளச்செய்கிறது எனலாம். ஆனால் இன்றைய நாளில் ஃபக்கீர்கள் மணமுடிக்கிற ஃபக்கீர் அல்லாத இஸ்லாமியர் குடும்பங்களும் மிகவும் வசதி குறைந்த நிலைலேயே உள்ளது.

ஃபக்கீர்கள், தங்களுடைய குடும்ப திருமண நிகழ்ச்சிகளுக்கு அவர்களே 'தாயிரா' அடித்து மணமக்களை வாழ்த்திப் பாடுகின்றனர். இஸ்லாமியர்கள் தங்கள் சமுதாய, குடும்பத் திருமண நிகழ்ச்சிகள் தவிர்த்து, பிற சமயத்தார்களின் குடும்ப

நிகழ்ச்சிகளில் கலந்து கொண்டு சிறப்பிப்பர். ஆனால், ஃபக்கீர்கள் தங்கள் குடும்ப நிகழ்ச்சிகள் தவிர்த்து பிறசமயத்தார், இஸ்லாமியர் குடும்ப நிகழ்ச்சிகளில் கூட கலந்துகொள்வதில்லை. இந்தவொரு முறையில் ஃபக்கீர்கள் தங்கள் திருமண உறவு வாழ்க்கையை இன்றைய சமுதாயத்தில் கடைப்பிடிக்கின்றனர்.

இறப்புச் சடங்கு;

இஸ்லாம் சமயம் எவ்வாறு இறைவழிபாட்டில் தனிப்பட்ட முறையைப் பின்பற்றுகின்றதோ, அதனைப்போன்று ஷரீஅத் சட்டத்துக்கு உட்பட்ட நிலையில் இறப்புச் சடங்கினை இன்றளவும் கடைப்பிடிக்கின்றது. இஸ்லாமியர்கள் இறந்த உடலைக் குளிப்பாட்டியதற்குப் பின்னால் 'கபன்' என்றழைக்கப்படும் வெள்ளை நிறத்தினாலான 'வாயில்' துணியினால் உடல் முழுவதும் சுற்றி சந்தா' எனும் பெட்டியில் வைத்து மசூதிக்குக் கொண்டு செல்வர். அங்கு 'ஜனாசா தொழுகை'க்குப் பின் அடக்கத் தளத்திற்கு கொண்டு சென்று, 'கப்ரூ' எனும் குழிக்குள் அடக்குவர். இது இஸ்லாமிய மரபு. இம்முறையிலேயே, இஸ்லாமியர்களாகப் பிறந்து இறக்கின்ற ஒவ்வொரு மனிதர்களுக்கும் இச்சடங்கு நிகழ்த்தப்படுகின்றது. ஆனால் இந்நிலையிலிருந்து சற்று ஒருபடி மேம்பட்டவர்களாக இஸ்லாமிய இரவலர்களாகிய ஃபக்கீர்களின் இறப்புச் சடங்கு நிகழ்த்தப்படுகிறது. அதாவது மேற்கூறிய முறையில் சடங்கினைச் செய்து முடித்து, 'கப்ரூ' எனும் மண்ணறைக்குள் உடலை வைத்து மண்ணை மூடுவதற்கு முன்னதாக இறந்த அவர் உடலின் மீது ஒரு ஃபக்கீர் தான் வந்த வழிமுறை பற்றி குறிப்புகள் அடங்கிய 'சில்சிலத்து' என்ற காகிதச்சுருளையும் அவர் உடலின் மீது வைத்து அடக்கம் செய்கின்றனர். இவ்வாறு ஃபக்கீர்கள் தங்கள் இறப்புச் சடங்கை நடத்துகின்றனர்.

பொருளாதார நிலை:

ஃபக்கீர்கள் இச்சமுதாயத்தில் பொருளாதார நிலையில் மிகவும் பின்தங்கிய இடத்திலேயே உள்ளனர். இவர்களுக்கு பாடல் தொழில், மந்திரித்தல் தொழில் மூலம் கிடைக்கக்கூடிய வருமானமே பொருளாதாரமாக உள்ளது. மற்றும் வீட்டில் உள்ள சிறியவர்கள் கடைதோறும் சென்று சாம்பிராணி புகை

காட்டுவதன் மூலம் கிடைக்கின்ற வருமானமும் இவர்களின் வாழ்க்கைக்கு உதவுகிறது. இவ்விரு தொழில்கள் தவிர்த்து பிற தொழில் செய்ய வேண்டும் என்ற நாட்டம் இவர்களுக்கு இல்லை. அதனால் இன்றைய நிலையிலும் இவர்களிடத்தில் தம் அன்றாட வாழ்க்கைக்கு மிஞ்சிய பொருட்களைக் காண முடிவதில்லை. பொருள் வசதி இல்லாமையினாலேயே இவர்களுக்கு பிற தொழில்களைச் செய்ய வேண்டும் என்ற தொழில் நாட்டம் சிறிதளவும் இல்லை எனலாம். ஒரு சிலர் பூட்டு, குடை வேலை மூலம் பொருள் சம்பாதிக்கின்றனர் என்றாலும், பொருளாதார மேம்பாட்டுக்கு அவை ஓரளவு மட்டும் உதவுகின்றன.

"நாள் ஒன்றுக்கு பாடல் தொழில் மூலம் வருமானம் சுமார் ரூபாய் எண்பது முதல் நூறு வரை கிடைப்பதாகவும், சாம்பிராணி புகைகாட்டும் தொழிலில் சற்று அதிகமாக வருமானம் கிடைப்பதாகவும் கூறுகின்றனர். அதனாலேயே இன்றும் தங்கள் பிள்ளைகளைப் பாடல் தொழிலுக்கு அனுப்பாமல் சாம்பிராணிப்புகை காட்டும் தொழிலுக்கு அனுப்புவதாக ஒரு ஃபக்கீர் கூறுகிறார்"*(10)*

ஃபக்கீர்கள் இவ்விரண்டு தொழில்களின் மூலம் கிடைக்கப்பெறுகின்ற வருமானத்தோடு, இஸ்லாம் சமயம் சார்ந்த விழாக்களில் பங்கு பெற்று அதன் மூலம் கிடைக்கக்கூடிய வருமானத்தினால் தங்களின் அன்றாடத் தேவைகளை நிவர்த்தி செய்கின்றனர். அந்நிலையில், இஸ்லாம் சமயத்தினர் மேற்கொள்ளுகின்ற சமயக் கடமைகளின் போது அவர்களுக்கு ஆதரவு அளிக்கும் வகையில் ஈடுபடுகின்றனர்.

இஸ்லாம் சமயம் ஐம்பெரும் கடமைகளைக் கூறுகிறது. "இஸ்லாம் எனும் மாளிகை ஐந்து தூண்களில் கட்டப்பட்டிருக்கிறது என்பார் முகம்மதுநபி (ஸல்)"*(11)*. அக்கடமைகள் கலிமா(உறுதிமொழி), தொழுகை, நோன்பு, ஜக்காத் (ஏழைவரி), ஹஜ் புனிதப்பயணம்).

இஸ்லாம் சமயத்தினர் ரமலான் மாதத்தில் முப்பது நாட்கள் மேற்கொள்கின்ற விரதமே நோன்பாகும். நோன்பின் நோக்கமாக முகம்மது நபி (ஸல்) கூறியதாக, "செல்வர்கள் பசிக்கொடுமையை உணரவும், அதன் காரணமாக ஏழைகளின் துயர் துடைக்க

தங்களின் செல்வத்தை அறவழியில் செலவழிக்கும் இயல்பை பெறுவதுமே” (12) என்று அப்துர் றஹீம் கூறுகிறார்.

இஸ்லாமியர்கள் அதிகாலைப் பொழுதில் நோன்பு நோற்று, அந்திப்பொழுதில் முடிப்பது வழக்கம். அந்நிலையில் மக்கள் தமது சமயக் கடமைகளை மறந்திடாது இருக்க, அவர்களுக்கு நினைவூட்டும் முறையில், ஃபக்கீர்கள் அதிகாலைப் பொழுதில் ‘தாயிரா’ என்ற இசைக்கருவி கொண்டு இஸ்லாமியர்கள் வாழும் தெருக்களில் பாடல்களைப்பாடியவாறு வந்து மக்களை எழுப்புவர். நோன்பு நோற்கின்ற முப்பது நாட்களும் ஃபக்கீர்கள் இதனை ஒரு சமயப்பணியாக ஏற்று தம் முன்னோர்களின் வழி நடக்கின்றனர். இதற்கு யாசகமாக‘ரம்ஜான்’ பண்டிகையன்று அவரவர்கள் தங்கள் வசதிக்கேற்ப பணம் அல்லது பொருட்களைப் ஃபக்கீர்களுக்கு வழங்குவர். மக்கள் இதனைத் தங்களுக்குரிய ஜக்காத் (ஏழைவரி) என்ற முறையில் கொடுக்கின்றனர். ஃபக்கீர்களும் அதனை யாசகர் என்ற முறையில் பெற்றுக்கொள்கின்றனர். இவ்வருவாயினால் ஃபக்கீர்கள் தங்கள் பண்டிகை நாட்களைப் பொருளாதாரச் சிக்கலின்றி இனிய முறையில் கொண்டாட முடிகிறது.

இஸ்லாமியர் வீடுகளில் நடைபெறுகின்ற திருமணவிழாக்களில் கலந்து கொண்டு, ‘மௌலூது’ எனும் புகழ்மாலைப்பாடல்கள் பாடுவர். அப்புகழ் மாலைப் பாடல்கள் நபிமார்கள், வலிமார்கள் பெற்ற சிறப்பினைக் கூறி, இம்மணமக்களும் அத்தகையச் சிறப்பினைப் பெற்று வாழவேண்டும் என்பதாக பாடுவர்.அன்று திருமண வீட்டார் இவர்களுக்கு மரியாதை செய்யும் பொருட்டு பணம் அல்லது பொருள் அளிப்பர். இன்று பெரும்பாலும் பணமாகவே இவர்களுக்கு அளிக்கப்படுகிறது.

தர்கா்க்களில் வருடத்திற்கு ஒருமுறை அவுலியாக்களின் நினைவு நாளன்று ‘சந்தனக்கூடு’ விழா நடைபெறும். அதற்கு முன்னால் கொடி ஏற்றும் மரபு உண்டு. அன்று ஃபக்கீர்கள் பலபேர் கூடி ‘தாயிரா’ கொண்டு பாடியவாறு, கொடிமரம் ஏந்தி ஒரு குறிப்பிட்ட இடத்தில் தொடங்கி தர்காவில் முடிப்பர். அதற்கு சன்மானமாக பணம் அளிக்கப்படுகிறது. இது தவிர்த்து, தர்காக்களின் அவுலியாக்களின் பெயரால் பெற்ற உண்டியல் வருமானத்தில் மூன்றில் ஒருபங்கு

ஃபக்கீர்களுக்கு பிரித்து அளிக்கப்படுகிறது. மதுரை வட்டாரத்தில் வாழ்கின்ற ஃபக்கீர்களுக்கு மதுரை, கோரிப்பாளையத்தில் ‘சுல்தான் அலாவுதீன்’ எனும் அவுலியாவின் நினைவால் அமைந்திருக்கும் தர்க்காவில் வரும் உண்டியல் வருமானம் பிரித்து அளிக்கப்படுகிறது.

மேற்கூறிய முறையில் எல்லாம் வருமானம் பெற்று, ஃபக்கீர்கள் தங்கள் பொருளாதார வாழ்க்கையை வறுமையின் பிடியிலிருந்து ஓரளவு காப்பாற்றிக்கொண்டு வாழ்க்கை நடத்துகின்றனர். ஃபக்கீர்கள் இத்தகைய வறுமையில் வாழ்க்கை நடத்தினாலும், இன்றளவும் தங்கள் குடும்பத்தில் பெண்களை எந்தவொரு சிறு கைத்தொழிலுக்குக் கூட அனுப்புவதில்லை .

சமூகநிலை:

இஸ்லாம் சமயம் சார்ந்த மக்கள் தம் வாழ்க்கையில் உண்டாகிற அன்றாட பிரச்சனைகளால், தம் சமயக்கடமைகளைச் செய்ய தவறிடும் பொழுது, அவர்களுக்கு சமய உணர்வுகளை ஊட்டுமாறு ஃபக்கீர் பாடல்கள் விளங்குவதால் இச்சமுதாயத்தில் தனி ஓர் இடத்தைப் பெற்றவர்களாக இன்றும் விளங்குகின்றனர். ஃபக்கீர்கள் மற்ற இரவலர்களைப் போன்று தம் அன்றாட வயிற்றுப்பசியை தீர்க்கும் பொருட்டு வீடு தோறும் சென்று பழைய சோறு போன்ற உணவுப்பொருட்களை வாங்கி உண்டுவிட்டு, தெருவோரங்களில் தங்கி வாழ்க்கை நடத்துபவர்களாக இல்லை. மாறாக சமயப்பாடல்கள் பாடி காசு அல்லது அரிசி போன்ற பொருட்களை மட்டுமே யாசகமாக பெறுகின்றனர், அதனைக் கொண்டே தங்கள் அன்றாட குடும்ப வாழ்க்கையை நடத்துபவர்களாகக் காணப்படுகின்றனர்.

தொடக்கக் காலத்தில் ஃபக்கீர்களின் முன்னோடிகள் (ஞானிகளாகவும், மார்க்க மேதைகளாகவும் மக்களிடத்தில் செல்வாக்குப் பெற்று விளங்கியுள்ளனர் என்பதை இஸ்லாமிய சமய அறிஞர்கள் தருகின்ற விளக்கங்கள் வாயிலாக அறிய முடிகிறது.

ஃபக்கீர்களின் முன்னோடிகளான சூஃபிகள் பற்றி முகம்மது பாரூக் பின்வருமாறு கூறுகிறார், “இஸ்லாமிய சட்டத்திட்டங்களைப் பாடல்கள் மூலம் அறிவிக்கும்

இப்பெரியாரை இஸ்லாமியத் தமிழுலகம்‘மார்க்க மேதை’ யாகவும் மதிக்கின்றது”12). இந்தளவிற்கு மார்க்க மேதைகளாக விளங்கிய ஃபக்கீர்கள், இன்று இச்சமுதாயத்தில் தாங்கள் பாடும் பாடலைக்கூட கல்வியறிவின்றி பிறர் பாடக்கேட்டு பழகிக் கொள்ளும் நிலையில் பின்தங்கியவர்களாகக் காணப்படுகின்றனர். மார்க்கக் கல்வியில் பிறருக்கு சொல்லிக்கொடுக்கும் நிலையில் இருந்த இவர்கள், இன்று மார்க்கச் செய்திகளைப் பற்றி அறிந்து கொள்வதற்குப் பிறரை நாடிச்செல்கின்ற அளவில் காணப்படுகின்றனர்.

பொதுக்கல்வி நிலை:

ஃபக்கீர்கள் ஒரு கலைஞனுக்குரியத் தோற்றத்துடன் தெருக்களில் சென்று பாடித்தொழில் நடத்தினாலும் இவர்களைப் ‘பாடகர்கள்’ என்று இச்சமுதாயம் ஏற்றுக்கொள்வதில்லை. காரணம் இவர்கள் ஒரு கலைஞனுக்குரியத் தோற்றத்துடன் காணப்படினும் அக்கலைஞனுக்குரிய கல்வியறிவு என்பது சிறிதளவும் இல்லை . ஃபக்கீர்கள் கல்வி நிலையங்களுக்குச் சென்று,பாடங்களைக் கற்றறிந்த பின் பாடல் தொழிலுக்கு வருவதில்லை. தம் முன்னோர்கள் கற்றறிந்த வாய்மொழியறிவு கொண்டே பாடப்பழகிக்கொள்கின்றனர். அந்நிலையில் எவ்வளவு பெரிய நீண்ட பாடல்களையும் புத்தகம் கொண்டு எழுதிவைத்துப் படிக்காமல், மனனம் செய்து பாடும் நினைவாற்றல் பெற்றவர்களாக விளங்குகின்றனர். இந்தளவில் தங்களுடையக் கல்வியறிவைப் பெற்ற ஃபக்கீர்கள், தங்களுடைய குழந்தைகளையும் கல்வி நிலையங்களுக்கு அனுப்பிக் கல்வியறிவைப் பெறச் செய்வதில்லை. தங்களுடைய தொழிலுக்குச் சென்று சம்பாதிக்கின்ற மனப்பக்குவ நிலையை அடைகின்ற வரைக்கும் பள்ளிகளுக்கு அனுப்புகின்றனர். அதற்குபின் ஆண் பிள்ளைகள் என்றாலும் பெண்ணானாலும் வீட்டில் இருக்க வைத்து விடுகின்றனர். ஆகையால் ஃபக்கீர் பிள்ளைகள் ஒவ்வொருவரும் ஐந்து அல்லது ஆறாம் வகுப்பிற்கு மேல் படிப்பதற்கு வாய்ப்பில்லை. ஆண் பிள்ளைகளைச் சாம்பிராணி புகை காட்டும் தொழிலுக்கு அனுப்பி விடுகின்றனர். இந்தவொரு நிலையில் ஃபக்கீர்களின் பிள்ளைகள் தங்களுடைய அடிப்படைக் கல்வியைக் கற்க இயலாமைக்கு அவர்களின் பொருளாதாரப் பிரச்சினை ஒன்றே காரணமாகும்,

மார்க்கக்கல்வி:

ஃபக்கீர்கள் கல்வி நிலையங்களுக்குச் சென்று, தங்களுக்குத் தேவையான அடிப்படைக் கல்வியைக் கற்றுக்கொள்ள முடியாத நிலையில் எவ்வாறு உள்ளனரோ, அந்நிலையிலேயே தங்கள் வேதமாகிய திருக்குர்ஆனையும், மார்க்க விஷயங்களையும் அரபிப் பள்ளிகளுக்குச் (மதரஸா) சென்று கற்றுக் கொள்ள இயலாத நிலையில் உள்ளனர்.

"ஃபக்கீர் குடும்பங்களில் ஒரு சில குழந்தைகள் அரபிப் பள்ளிக்குச் (மதரஸா) சென்று, மார்க்கக் கல்வியினைக் கற்றுக்கொண்டவர்கள் உள்ளனர்"(1) என்றும் ஒரு செய்தியாளர் கூறுகிறார்.

ஃபக்கீர்கள், திருக்குர்ஆனில் இடம் பெறுகின்ற ஒருசில முக்கியமான வேதவரிகளை(ஆயத்து) மட்டும் பிறர் சொல்லக்கேட்டு மனனம் செய்கின்றனர். அவ்வாறு தாம் கற்ற அம்மார்க்கக் கல்வி பிறருக்குப் பயன்படும் அளவில் உயர்ந்ததாக இல்லாமல், தம்முடைய பாடுதல், மந்திரித்தல் தொழிலுக்குப் பயன்படும் வகையில் மட்டுமே பயன்படுத்துகின்றனர்.

ஃபக்கீர்கள் தங்களுடைய மார்க்கக்கல்வியைக் கற்றுக்கொள்ள இயலாமைக்கு பொருள் வசதி இல்லாமை ஒரு முட்டுக்கட்டையாக இருக்கிறது என்றாலும், இவர்களுக்கு மார்க்கச் செய்திகளை அறிந்து கொள்ள வேண்டும் என்ற ஆர்வமும் போதிய அளவு இல்லை என்றே கூறலாம். தங்களின் அன்றாட பொருளாதாரப் பிரச்சனைகளால், அவர்கள் எண்ணமும் முழுமையும் தொழில் ரீதியாகச் சென்றுவிடுவதே இதற்கு காரணம்.

சமுதாய மரியாதை அல்லது சமூகநிலை:

சமுதாயத்தில் ஃபக்கீர்கள் ஓர் இரவலர் என்ற நிலையில் வைத்து மதிக்கப்படுகின்றனர். அந்நிலையில் மற்ற இரவலர்களுக்கு அளிக்கப்படுகின்ற மதிப்பினைக் காட்டிலும், சற்று அதிகமான மதிப்பினைப் பெற்றவர்களாகவே மக்களிடத்தில் காணப்படுகின்றனர். ஆனால் அதே சமயத்தில் சமுதாயத்தில் மற்ற மனிதர்களுக்கு அளிக்கப்படுகின்ற மரியாதை போன்று இவர்களுக்கு அளிக்கப்படுவதில்லை .

இன்றைய சமுதாயத்தில் ஃபக்கீர்கள் தெருக்களில் மக்களிடத்தே பாடுகின்ற பொழுது மதிக்கப்படக் கூடியவர்களாகக் காணப்பட்டாலும், இஸ்லாம் சமயம் சார்ந்த அறிஞர்கள், மசூதிகள் மத்தியில் மதிப்பு அளிக்கப்படுவதில்லை. இந்தவொரு நிலைக்கு இவர்களே காரணம் என்று சமய அறிஞர்கள் விளக்கம் தருகின்றனர். இஸ்லாம் சமயம் சார்ந்த எந்தவொரு கடமைகளையும் இவர்கள் கடைப்பிடிப்பது கிடையாது என்று கூறுகின்றனர்.

சில நூற்றாண்டுகளுக்கு முன்னதாக, இன்று மசூதிகளில் தொழுகை நடத்துகின்ற இமாம்(தலைவர்)களுக்கு அளிக்கப்படுகின்ற மரியாதைக் காட்டிலும், மதிக்கக்கூடிய மார்க்க மேதைகளாக ஃபக்கீர்களின் முன்னோடிகள் இருந்தனர் என்பதை சமய அறிஞர்கள் தரும் கருத்துக்கள் வாயிலாக அறிய முடிகிறது.

“ஞானமேதைகள் கல்வியில் எந்த அளவு கைதேர்ந்திருந்தார்கள் என்பதை திருக்குர்ஆன் தெளிவாகக் காட்டுகிறது. நபிமார்களில் சிறந்த நபியாகிய மூஸா(அலை) அவர்கள் வலியாகிய ஹில்ரூ(அலை) அவர்களிடம் பாடல் கேட்குமாறு அல்லாஹ் உத்திரவிட்டான். அவ்வுத்தரவுக்கேற்ப மூஸா(அலை) சிரமம் பாராது அவர்களிடம் சென்று பாடம் கற்றார்கள்” என்று கூறுகின்றனர்.

ஃபக்கீர்களின் முன்னோடிகள் இஸ்லாம் சமய அறிஞர்களிடத்தில் இந்தளவிற்கு மதிக்கப்பட்டு வந்ததையும், இன்றைய நிலையில் சமய அறிஞர்களிடத்தில் இவர்கள் தனி சமயத்தைச் சார்ந்து வாழ்கின்றவர்கள் என்ற அளவிற்கு இன்று மதிக்கப்படக்கூடிய நிலையையும் காணமுடிகிறது.

ஃபக்கீர்கள், இஸ்லாம் சமய மார்க்க அறிஞர்களால் வெறுக்கப்படுவதற்கு முதற்காரணம் அடிப்படைக் கடமையில் ஒன்றான தொழுகை என்கிற வழிபாட்டு முறையை கைவிட்டுத் தர்காக்களில் சென்று அவுலியாக்களின் பெயரால் ‘ஜியாரத்’ என்கின்ற வழிபாட்டு முறையைக் கைகொள்வதேயாகும். இன்றைய நிலையில் ஃபக்கீர்களுக்கு இஸ்லாம் சமயத்தில் மசூதி சார்ந்த இடங்களில் மதிப்பு அளிக்கப்பட வில்லையா யினும், இதற்கு நேர்மாறாக தர்காக்களில் அவுலியாக்களின்

நினைவு நாளன்று நடத்தப்படுகின்ற சந்தனக்கூடு விழாக்களில் ஃபக்கீர்களுக்கு முதன்மை அளிக்கப்படுகிறது.

'கொடி மரம் கட்டும் விழா'வில், ஃபக்கீர்கள் பத்துப்பேர் கூடி ஒரு குறிப்பிட்ட இடத்திலிருந்து 'தாயிரா' என்ற இசைக்கருவியுடன் பாடல்களைக் தொடங்கி, தர்காவில் கொடி கட்டும் இடத்தில் வந்து முடிப்பர். பின்னரே கொடியேற்றம் நிகழும். இதனைப்போன்று 'சந்தனக் கூடு விழா'வில் சந்தனக்குடத்தைத் தேர் போன்ற அமைப்பில் கட்டப்பட்டிருக்கும் கப்பலில் வைத்து தெருவழியே ஊர்வலம் வருவர். ஃபக்கீர்கள் அவ்வூர்வலத்தில் கப்பலுக்கு முன்னால் முதன்மை இடத்தைப் பெற்றவர்களாக 'தாயிரா' அடித்தவாறு, பாடல்களைப் பாடிக்கொண்டு அணிவகுத்து வருவர். இந்நிலையில் தர்காக்களில் நடைபெறுகின்ற எந்தவொரு சமய நிகழ்ச்சிகளிலும் ஃபக்கீர்களுக்கு முதன்மை இடம் அளிக்கப்படுவதைக் காணமுடிகிறது. இந்நிகழ்ச்சியைப் பற்றி கா.ரஷீத் அலி என்பார் தமது ஆய்வேட்டில் குறிப்பிட்டு இருப்பதைக் காணலாம்.

"மதுரையில் முகைதீன் ஆண்டவர் தர்கா, கோரிப்பாளையம் சுல்தான் அலாவுதீன்தர்கா ஆகிய இவ்விரு தர்காவிலும் சந்தனக்கூடு விழா மிகச்சிறப்பாக நடத்தப்படுகிறது. இங்கு சந்தனம் நிரப்பப்பட்ட குடத்தை தலையில் சுமந்து செல்வதில்லை. ஆனால் அலங்கரிக்கப்பட்ட மாடுகள் பூட்டப்பட்ட வண்டியில் தேர்போன்ற அமைப்பைச் செய்து அலங்கரித்து அதில் சந்தனக்குடத்தை வைத்து ஊர்வலமாக எடுத்துச்செல்வர். அதிகமான இடங்களுக்கு ஊர்வலம் செல்வதாலும், மக்களின் கூட்டம் அதிகம் இருப்பதாலும் இக்குடத்தை இங்ஙனம் தேர் போன்ற கூட்டில் வைத்து ஊர்வலமாக நடத்துவர். இவ்வூர்வலம் தர்காவினின்று நள்ளிரவில் புறப்படும். கொடிகட்டு விழாவில் இடம்பெறுவதைப் போன்று, இவ்விழாவிலும் பல்வகை வாத்தியங்கள் ஒலி இசைக்கப்படும். யானையும், ஒட்டகமும் ஊர்வலத்தில் இடம்பெறும். கப்பல், சாம்பிராணி, ரதம் இவையும் விளையாட்டுக்களும் ஊர்வலத்தில் இடம்பெறும். சந்தனக்கூட்டின் முன்னர் 'தாயிரா' என்ற இசைக்கருவியை இசைத்தபடி புகழ்பாடல்களைப் பாடியவாறு'ஃபக்கீர்கள்' என்போர் வருவர்." *(16)*

இக்கருத்திற்கிணங்க தர்காக்களில் நடைபெற்ற நிகழ்ச்சிகளில் ஃபக்கீர்களுக்கு முதலிடம் அளிக்கப்படுவதைக் காணமுடிகிறது. இந்நிலையில் சமுதாயத்தில் மதிக்கப்படக் கூடியவர்களாகப் ஃபக்கீர்கள் காணப்படுகின்றனர்.

நலிந்தநிலை:

இன்று ஃபக்கீர்கள் தெருக்களில் பணிவான நிலையில் சென்று, பொருட்களை யாசிக்கின்றவர்களாகவே உள்ளனர். தங்களுடைய அன்றாட வாழ்க்கைக்குப் பிறருடைய கையை எதிர்பார்த்தவராக வாழ்கின்றனர். தாங்கள் நடத்துகின்ற முரீத் சடங்கு நிகழ்ச்சியைக் கூட, பிறரிடமிருந்து யாசகமாகப் பெற்ற பொருட்களைக் கொண்டே நடத்துகின்றனர். மற்றும் இன்றைய சமுதாயத்தில் மக்கள் பார்வையில் ஒரு கலைஞன் என்ற நிலையில் காணப்பட்டாலும், இவர்களைப் பிறவிக்கலைஞர் என்று சொல்வதைக்காட்டிலும் தொழிற்முறைக் கலைஞர் என்ற நிலையிலேயே உள்ளனர். இந்நிலையில் ஃபக்கீர்கள் இன்றைய சமுதாயத்தில் ஒரு நலிந்த பிரிவினர்களாகவே அன்றாட வாழ்க்கை நடத்தி வருகின்றனர்.

குறிப்புகள் :

1. மௌலவி கே.ஏ.நிஜாமுத்தீன்மன்பயீ(மொ.ஆ), அமல்களின் சிறப்புகள், ப.9
2. எச். முகம்மதுசலீம், 'தயக்கம்', கா.முகம்மது பாரூக்(பஆ) மெய்ஞ்ஞானி பீர்முகம்மது அப்பா இலக்கிய ஆய்வுக் கோவை, ப.55
3. மேலது, ப.61
4. மேலது, ப.58
5. THOMAS PATRICK HUGHES, DICTIONARY OF ISLAM, P.20.
6. அனிபா என்பவரிடம் பேட்டியின் போது அறிந்த செய்தி, நாள் 4–9–88
7. கா.சாகுல்ஹமீது, இஸ்லாம் சமயத்தில் புனித ஹஜ் யாத்திரை, மதுரை காமராஜர் பல்கலைக்கழக எம்.ஃபில். ஆய்வேடு, 1985 ப.9

8. மேலது ப.11-12
9. மௌலானா சையீத் அபுல் அஃலா மௌதூரி, 'வரலாற்று ஒளியில் இஸ்லாம்', ஹிஹாப்(ப.ஆ.),ப.4
10. சாந்து முகம்மது அவர்களுடன் பேட்டியின் வாயிலாக அறிந்த செய்தி, நாள் 6-12-88
11. அப்துற் றஹீம், அல்ஹதீஸ் பெருமானாரின் பொன்மொழிப்பேழை, ப.854
12. அப்துற் றஹீம், இஸ்லாமிய கலைக்களஞ்சியம் இரண்டாம் தொகுதி, ப.280)
13. கா.முகம்மது பாரூக், 'மெய்ஞ்ஞானமேதை பீர்முகம்மது சாகிப் வலியுல்லா அவர்களின் நூற்பரப்பும் அவைதரும் செய்தியும்' கா.முகம்மது பாரூக்(ப.ஆ), மெய்ஞ்ஞானி பீர்முகம்மது அப்பா இலக்கிய ஆய்வுக்கோவை, பக்.46-47
14. மைதீன்பாட்சா அவர்களுடன் பேட்டியின் வாயிலாக அறிந்த செய்தி, நாள் 8-9-88
15. மௌலவி அல்ஹாஜ் ஸ்.ஆர்.ஷம்சுல்ஹுதாமிஸ்பாஹி – பாகவி, இறைநேசச்செல்வர்கள் மாண்பு, கா.முகம்மது பாரூக்(ப.ஆ), மெய்ஞானி பீர்முகம்மது அப்பா இலக்கிய ஆய்வுக்கோவை, பக்.373
16. கா.ரஷீத் அலி, மதுரை தர்காக்களின் நடைமுறைகளும் விழாக்களும், மதுரை காமராஜர் பல்கலைக்கழக எம்.ஃபில். ஆய்வேடு, 1984 ப.108

ஃபக்கீர் பாடல்கள்

போற்றிப் பாடல்கள்

(அ) இறைவன் மீதான பாடல்

அருளை வேண்டி அன்பை வேண்டி
அல்லா உன்னை நாடினேன் பாடினேன்
உலகில் வாழ உன் கருணை வேண்டி-(இருமுறை)
காக்கும் இறைவா நாடினேன் நாடினேன்-(அருளை)
அன்பில் உருவான அலிப்பில் பெரியோனே
அல்லா உன்னை கெஞ்சிக் கேட்கின்றேன்- (இருமுறை)
அகந்தை எண்ணம் நீங்கட்டும்
அறிவும் வளரட்டும். ....(இருமுறை)
பண்போடு கேட்கின்றேன்.
பாவம் நீங்கட்டும்-(அருளை)
எங்கும் நிறைந்தோனே ஏக வல்லோனே
என்றும் என் வாழ்வில் இணைந்து நிற்போனே
ஈன எண்ணம் நீங்கட்டும் தூய்மை வளரட்டும்-(இருமுறை)
கோமானே! ஈமானே!
குறையைத் தீர்ப்பாயே- (அருளை)
மண்ணின் ஒளியாக அண்ணல் பெருமானை
தந்த இறையோனே அந்தம் இல்லானே - (இருமுறை)
வயதினில் அருளோடு வாழ்வைத்தருவாயே (இருமுறை)
வாழ்வும் நீ வளமும் நீ
கருணை தருவாயே!...........(அருளை)

(ஆ) முகம்மது நபி மீதான பாடல்

ஆதி ரஹ்மானவன் தன்னொளியினால் தெளிவாகப் பிறந்த நபியே! நபியே!

ஆதி ரஹ்மானவன் தன்னொளியினால் தெளிவாகப் பிறந்த நபியே! நபியே!

ஆச மயில் வேசமாய் நேர விசுவாசமாய்

அருள் பெற்று வந்த நபியே! நபியே!

சோதி நபி ஆதம் தொடுத்து வரும் நபிமார்களில் தொல்லுலகில் வந்த நபியே!

சொல்லரிய வந்த சினம் கொண்ட குபிரோர்களை துரத்தியே வென்ற நபியே

நீதிமுறை தவறாது வேதன் அருள் நீதியினை நிறுத்தி அரசாளும் நபியே

நிச்சயம் வைத்தாளும்மன திக்கவைத்தோதும் முறை நேர்மை கொண்டருளும் நபியே

ஆதி ரஹ்மத்தானே எட்டு சுவர்க்கத்தையும் பரிவித்து அழைத்த நபியே

மாறா மணங்கமழும் மேனி நபியே

தூய வஹ்துல் நல்நபியே

நீர் மேவும் செய்யது ரசூல் மேல்

கார் மேகம் சித்திரையின் செந்தமிழால்

யான் இனிய கவி பாட

கருத்தென உதவிட, காப்புத் தாயேன்...

ஆதி அருள் கொண்ட வேதமே

அலிப் என்ற அச்சரமே

அமைந்திட்ட புருகானே

ஜோதியே உடையாகி துய்யோனே

ரஹ்மத்தை செய்குவாய்.

வ. ரஹ்மத்துல்லா

(இ) முகைதீன் அப்துல்காதர் ஜீலானி மீதான பாடல்

மீரான் மீரான்
மீரான் மீரான்
முகையத்தீனே வாராய் என் குருவே
யாபகதூர்தாதா! என் குருவே! யாபகதூர் தாதா!
பாரில் உம்மைப் புகழ்ந்திடுவேன்
நான் பாதமலர் பணிந்திடுவேன்
மாமதினா நன் நபியின் பெயரால் .....(இருமுறை) (மீரான்)
நீங்கள் அவுலியாக்கள் எல்லோருக்கும் அலிப்பே
உம்மை அழைக்கிறதும் தெரியலையா சாகிபே....
(இருமுறை)
யாகுசலா மென்னும் தஸ்தகீரே
என் நடையிலே என்ன குத்தம் குறை
இருக்கிறது என்று தெரியலே...... (இருமுறை)
மீரான் மீரான்
மீரான் மீரான்
யான் எண்ணிடாத எடுத்த ஜென்மம் போதுமா
இறைவன் என் தலையில் விதி அளித்ததாகுமா....
(இருமுறை)
நல்ல நங்கையாரம் நபி இணையில் பாத்திமா
பெற்ற கண்மணியே சொல்லும் ஏன்
மவுனம்மா .....(இருமுறை) (மீரான்)
எட்டடியின் தீவுக்கரை ஓரமா-கதை
எட்டுடனே நாவு ஒன்று சேருமா-கையில்
கிட்டிடாத கனி எனக்கு கிடைக்குமா-அல்லது
கெட்ட விதி வந்து என்னை தடுத்திடுமா....
மீரான் மீரான்
மீரான் மீரான்
நான் இல்லறத்தில் நன்மை பெற நாடினேன்
இந்த இல்லறத்தில் மேன்மை பெற நாடினேன்
யாமுகையத்தீனே! உங்களை நான் தேடினேன்
ஏழை கை எடுத்து கண்ணீரோடு மேவினேன்
யான் கை எடுத்து கண்ணீரோடு மேவினேன்
கவி வாலை தாசன் உங்கள் புகழ் பாடினேன்
பாரில் உம்மை புகழ்ந்திடுவேன்

பாதமலர் பணிந்திடுவேன்
மாமதினா நன் நபியின் பெயரால்...... (இருமுறை)

(ஈ) மதுரை கோரிப்பாளையம் சுல்த்தான் அலாவுதீன்
(அவுலியா) மீதான பாடல்

மகா மகா ராஜரே மல்லிகைப்பூ வாசரே....(இருமுறை)
காஜா சுல்தான் அலாவுதீனே ஜிந்தாபாத்
ஹஜரத் காஜா சுல்தான் அலாவுதீனே ஜிந்தாபாத்... (மகா மகா)
நல்ல அரபு நாட்டில் பிறந்தவரே
நல்ல அற்புதங்கள் செய்தவரே...(இருமுறை)
இறைவனின் ஆணையை இதயத்தில் ஏற்று
இந்த நாடு வந்தீரே...
ஏழைகளுக்காக இறையோனிடத்தில் இந்த
ஏழைகளுக்காக இறையோனிடத்தில்
துஆ கேட்கவேண்டும் பாவா ஜிந்தாபாத்....
எங்களுக்காக துஆ கேட்கவேண்டும் பாவா ஜிந்தாபாத்..
(மகாமகா)
நல்ல கருணை உள்ளம் கொண்டவரே
நல்ல காரணத்தில் சிறந்தவரே
அருள் பெற நாடி
ஏழைகள் கூடி
உங்கள் தருபாரைத் தேடி....(இருமுறை)
ஏழைகளுக்காக இறையோனிடத்திலே
இந்த ஏழைகளுக்காக இறையோனிடத்திலே
துஆ கேட்க வேண்டும் பாவா ஜிந்தாபாத்...

(உ) நெல்லை மாவட்டம் திசையன்விளை அருகில்
உள்ள ஆற்றங்கரை என்ற ஊரில் அமைந்த ஆற்றங்கரை
நாச்சியார் தர்கா மீது பாடிய பாடல்

ஆத்தாங்கரை தாயே அம்மா
அடிபணிந்த நாங்கள் அம்மா....(இருமுறை)
சையதலி பாத்திமா சஞ்சலத்தைத் தீரம்மா.... (இருமுறை)
வையகத்தில் வேறேதும் கதியே எனக்கு இல்லை ....
இருமுறை)

உன்பாதம் தஞ்சம் என்று நாடிவந்தோம்
எங்கள் தாயே....(ஆத்தாங்கரை)
அறுத்த சேவல் கூவுதம்மா அம்மா உன் தர்காவிலே.....
(இருமுறை)
ஓடாத பேய்ப்பிணிகள் ஓடுதம்மா உன் பேரு சொன்னால்...
(இருமுறை)
கோழி ஒன்று நேர்ந்துவிட கூடுதலாய் முட்டையிட
மறுகோழி நேர்ந்துவிட கோழியும் சேவலாகிட...
(ஆந்தாங்கரை)
கோடானு கோடி மக்கள் குறைகளைத் தீர்த்தவரே...
(இருமுறை)
எங்கள் குறை தீர்க்க வேண்டும்
ஏகனவருள் பெற்ற மாதா-சையதலி பாத்திமா
எங்கள் கவலையைத் தீரம்மா....(ஆத்தாங்கரை)

(ஊ) தக்கலை பீர்முகம்மது அப்பா மீதான பாடல்

பாட்டொன்று சொல்வேன்
பரவசம் ஆவேன் கேட்டு இன்புறுவேன்
பாதம் நான் பணிவேன்
தக்கலை பீர் முகம்மதுவே....(இருமுறை)
தென்பாண்டி ஊராம் வஞ்சியின் பெயராம்
தரிசனம் தருவீரா தரிசனம் தருவீரா
நாதா! தரினம் தருவீரா...(இருமுறை)
தன்காத்துண்டு கலையமுதுண்டு ரப்புடன் கலந்தீரா
ஆடிய ஆட்டம் ஆடி முடிந்தது
பாடிய பாட்டும் பாடி முடிந்தது
நாளது போல தோணுது உலகம் ஞானக்கண்ணாலே
...(இருமுறை)
பாதம் நான் பணிவேன்
தக்கலை பீர் முகம்மதுவே
மௌத்துக்கும் முன்னே முகூத்தான உமது
வயதும் முந்நூறோ..... நாதா
வயதும் முந்நூறோ (இருமுறை)
அல்லாஹ்வைத் தவிர எல்லாம் மறந்து
இருந்தீர் சிலநாளாம்... (இருமுறை)

ஆடிய ஆட்டம் ஆடி முடிந்தது
பாடிய பாட்டும் பாடி முடிந்தது
நாளது போல தோணுது உலகம் ஞானக்கண்ணாலே
பாதம் நான் பணிவேன்
தக்கலை பீர் முகம்மதுவே....(பாட்டொன்று)

(எ) அவுலியாக்கள் மீதான பாடல்
சந்தனம் பூச்செண்டு சூடு
ஒலிமார்கள் பாதம் நாடு
அருள் சேருமே இருள் தீருமே
வளமான வாழ்வு வந்தாகுமே...... (சந்தனம்)
ஆசித்தான சூஃபியாக்கள் அமைத்தானே உலகில்
அ என்றால் அவுலியா என்றானே திருமறையில்
உந்தன் இதயம் ஒளிவீச
உடையோனின் ஆசையே ..... (சந்தனம்)
ஆடும் பேய்கள் அரண்டும் ஓடும் அற்புதமே கண்டு
சூனிய நோய்கள் கழன்று ஓடும் சூட்சிதனை கண்டு
ஒலிமார்கள் உடல் என்றும் மடியாது மண்ணிலே...
(சந்தனம்)
அண்ணலே நபியே மறைவாய் இருந்து மகத்துவம்
தந்தார்கள்
போகின்ற பாதையில் புண்ணியம் என்று புரிந்து
கொண்டார்கள்
அவுலியாக்கள் உடல் என்றும் மடியாது மண்ணிலே...
அருள் சேருதே இருள் தீருதே
மணமான வாழ்வு வந்தாடுதே....
சந்தனம் பூச்செண்டு சூடு
ஒலிமார்கள் பாதம் நீ நாடு....

தத்துவப்பாடல்கள்

(அ) இளமை நிலையாமை

தவழ்ந்து நடக்கையிலே நான்கு கால்களடா
தனித்து நடக்கையிலே இரண்டு கால்களடா
தளர்ந்து நடக்கையிலே மூன்று கால்களடா
தலைவன் அழைக்கையிலே எத்தனை கால்களடா...

வ. ரஹ்மத்துல்லா

(இருமுறை)
மனத்தின் கால்கள் ஒழுங்காய் நடந்தால்
மனிதன் கால்கள் ஒழுங்காய் நடக்கும்.....(இருமுறை)
உனது எனது சண்டை ஓய்ந்தால்
உலகத்தின் கால்கள் அமைதியடா....(தவழ்ந்து)
ஆசையின் கால்கள் ஒழுங்காய் இருந்தால்
வாழ்க்கையின் கால்கள் ஒழுங்காய் இருக்கும்
ஆசையின் கால்கள் மாறிடும் போது
வாழ்க்கையின் கால்கள் மாறுதடா.....(தவழ்ந்து)
நமக்கு முன்னால் உள்ளவர் சென்ற பாதையில்
போயாகும் கால்கள் நன்மையடா
வந்தது வரட்டும் என்பவரின் பாதை மாறிடும் கால்களடா.
(தவழ்ந்து)

(ஆ) இளமை நிலையாமை (மரணம் உறுதி)

ரூகூ பிரிக்கும் இசுராயீல் வந்திடும் போது யார் கதி
இறைவனோடு உறவாடி இறைவன் முன் மறவாதீர்,....
(இருமுறை)
மண்ணில் பிறந்து மறையும் முன்னே
மன்னவன் அருளைப் பெறுவீரோ-அந்த
வல்லவன் ஏவல் வந்திடும் போது
வேதனைப்படுவீர் மண்ணிலே (ரூகூ பிரிக்கும்)
கண்கள் இரண்டும் கால்கள் இரண்டும்
கலங்கி நிலை தடுமாறி அந்த
வல்லவன் ஏவல் வந்திடும் போது
வேதனைப்படுவீர் மண்ணிலே... (இருமுறை)
மனைவி மக்கள் பணத்தைப் பார்த்து
ரப்பை மறந்து திரியாதே....(இருமுறை)
கடைசி யாத்திரை போகும் போது
காசு பணம் உதவாது....(இருமுறை)
ரூகூ பிரிக்கும் இசுராயீல் வந்திடும் போது யார் கதி
இறைவனோடு உறவாடி இறைவனை முன் மறவாதீர்

(இ) செல்வம் நிலையாமை
நெஞ்சகமே நெஞ்சகமே நிஜம் அறியாய் என் மனமே
அன்பகமே ஒரு தினமே நீ அறிவாய் நித்தியமே...

(இருமுறை) (நெஞ்சகமே)
நூற்று பத்து ஆண்டு வாழ்ந்த நூசூ ரூகூம் சென்றதே
வானில் கோடடை யாவும் திகழ்ந்த மண்ணில் வீழ்ந்ததே
மாடியும் மனையும் மறுமை வராது
தேடிய லாபம் உனக்குதவாது
மூச்சோடி போகும் முன்னே
முடிவை எண்ணு இந்நாளில்
முன்னோர்கள் தன்னை நாடு கல்ஃபில்....(நெஞ்சகமே)
பாறை மலைகள் பஞ்சாய் பறந்திடும் போது
நீர் இட்ட குமரனுக்கு நிகர் இடம் ஏது
இருப்பது சில நாள் முறைப்படி வாழு
திருக் குர்ஆனின் குரலோசைக் கேளு
அளவில்லா ஆசை கொண்டால் அப்பூதிக்கு ஆகாது
தீன் கூறுவது வாய்மை கொண்டு தப்பாது...(நெஞ்சகமே)

நீதிப்பாடல்கள்

(அ) பெண் புத்திமாலை

உச்சிதன்ன மூலதன்னே குருதினை வடிவதன்னா மகளே
உன்னை உதைப்பதன்ன தூதர்
நான் உயர்ந்த கொண்டை பூ முடிந்து
ஒய்யாரமாய் திரிந்தேனம்மா-பாவி
நான் திரிந்த பாவம் தாயே...
உனது தலைதனிலே நெருப்புச் சாட்டி
தனலாக மலக்கு வைத்து எரிப்பதன்னா மகளே
உன்னை அடிப்பதன்னா தூதர்
சண்டாளி தலையைத் திறந்து நானும்
தனிவழியே நடந்தேனம்மா-பாவி
நான் நடந்த பாவம் தாயே....
இந்த உச்சந்தான் தலையில் உருக்காணி கொண்டு
கதற கதற கப்ரு தன்னில் அடிப்ப தன்ன மகளே...
நான் பொழிவான வாங்கு எடுத்து
இந்தத் தெருவீதியிலே தெளிவாக நடந்தேனம்மா- பாவி
நான் நடந்த பாவம் தாயே,....
மகளே கூந்தனிலே கொடி நெருப்பு-அம்மா
கொழுந்து விட்டு எரிவதென்ன மகளே...

உன்னை உதைப்பதன்னா தூதர்
இந்த அழகான கூந்தலை
தெருவீதியில் நின்று விரித்தேனம்மா
சண்டாளி விரித்த பாவம் தாயே...
மயில்வாகனம் போல் இருந்த கூந்தல் -அம்மா
வகுந்து கட்டி அடிப்பதென்ன கபுரில் மலக்கு
உன்னை உதைப்பதென்ன தூதர்
நாணி வாடுகின்ற என் கணவனுக்கு
நான் வணங்காமல் திரிந்தேனம்மா
பாவி நான் திரிந்த பாவம் தாயே.....
இளம்பிறை போல் நெற்றியிலே
இளம் நாகம் தீண்டுவதன்னா மகளே- நான்
இலங்க வர்ண பொட்டு வைத்து
இந்தத் தெருவீதியினிலே
துலங்க விளங்க நடந்தேனம்மா
சண்டாளி நான் நடந்த பாவம் தாயே-இந்த
வேப்பிலை போல் மேல் புருவம்-அம்மா
வெண்நாகம் தீண்டுவதன்னா மகளே
உன்னை அடிப்பதென்ன தூதர்
நான் வேற்று கணவரை முகம் பார்த்து
கண்கழித்தேனம்மா
சண்டாளி சுழித்த பாவம் தாயே-இங்கு
செங்கமலம் போலிருந்த உனது கண்கள் இரண்டும்
சிவந்த தன்ன கபுரில்
உன்னை உதைப்பதன்ன தூதர்
நான் ஹராமான சினிமாக்களை
இந்தக் கண் குளிர பார்த்தேனம்மா
சண்டாளி பார்த்த பாவம் தாயே
மூக்குச் செவிகளிலே-அம்மா
மெழுகை காய்ச்சி வார்ப்பதன்னா மகளே
உன்னை அடிப்பதன்ன தூதர்
நான் மூக்குத்தி போட்டு முகம் நுனிக்கி
வேற்று முகம் பார்த்தேனம்மா-பாவி
நான் பார்த்த பாவம் தாயே-இந்த
நைப்பவளம் போல் உதட்டை-அம்மா

நட்டுவாக்காழி கொட்டுவதன்ன மகளே
உன்னை அடிப்பதன்ன தூ தர்
நான் நார் உறிஞ்சு வெற்றிலை போட்டு
நவநாகரீகமா பேசினே னம்மா-பாவி
நான் பேசின பாவம் தாயே-இந்த
பச்சரிசி போல் இருந்த பல்லைத் தட்டி
உதைப்பதென்ன மகளே பாவி
நான் பல காவி பல்லில் இட்டு
பாவி பக்கம் சிரித்தேனம்மா
சண்டாளி சிரித்த பாவம் தாயே...
இந்த நாக்கைப்பிடித்து இழுத்து
நரகத்திலே நல் தூண்டி போடுவதென்ன கபுரில் மலக்கு
உன்னை அடிப்பதன்ன தூதர்
நான் நல்லோர்களை நாவில் வைத்து
நகைத்தேனம்மா-பாவி
நான் நகைத்த பாவம் தாயே....
இந்தச் செந்தாமரை புஷ்பம் போல இருந்த முகம்
தனல் கொதித்து வேகுவ தன்னா மகளே
நான் மேலோர் சொன்னகுஷன் முழுக்க பாவி
முழுகாமல் திரிந்தேனம்மா....சண்டாளி
திரிந்த பாவம் தாயே
இந்த கழுத்தைச் சுத்தி கருநாகம் மகளே
கதற கதற கடிப்பதன்ன கப்ரில்
உன்னை உதைப்பதன்ன தூ தர்-பாவி
நான் இரவல் நகையை வாங்கி
இணை இணையாய் அணிந்தேனம்மா
சண்டாளி அணிந்த பாவம் தாயே
இந்த கிரண்டை கை இரண்டையுமே
முறிக்கி உன்னை ஒடிப்பதன்ன மகளே
நான் கை நிறையா வளையலிட்டு
இந்தத் தெருவீதியிலே கைவீசி நடந்தே னம்மா
சண்டாளி நடந்த பாவம் தாயே
இந்த உள்ளங்கை இரண்டிலேயும்
உருக்காணி கதற கதற அறைவதன்ன கபரில் மலக்கு -
சண்டாளி

வ. ரஹ்மத்துல்லா

தாயில்லா பிள்ளைகளைப் பாவி தலைமேல்
அடித்தேனம்மா
பாவி அடித்த பாவம் தாயே
இந்த ஐந்து விரலுக்குத்தான்
பழுக்க ஊசி குத்துவதென்ன மலக்கு
உன்னை உதைப்பதென்ன தூதர்
என்னைப் பெத்த தாயைப் பார்க்க வைத்து சண்டாளி
பெருமையாகத் தின்டேனம்மா-பாவி -
நான் உண்ட பாவம் தாயே.....
பத்துவிரலுக்கும்தான் பந்தம் கெட்டி
எரிப்ப தன்னா மகளே
உன்னை உதைப்பதன்னா தூதர்
நான் கல்யாணப் பந்தியிலே சண்டாளி
கை கருமம் செய்தே னம்மா-பாவி
நான் செய்த பாவம் தாயே
இந்த நெஞ்சு சதுரம் எல்லாம் அம்மா
நிலம் கொதித்தது போல் வேகுவதன்னா மகளே
உன்னை உதைப்பதன்னா தூதர்
நான் போல வர்ண குப்பாய்கள்
போடாமல் திரிந்தேனம்மா-சண்டாளி
திரிந்தபாவம் தாயே....
உனது இடுப்பைச் சுத்தி மலைப் பாம்பு-அம்மா
இறுக்கி உன்னை ஒடிப்பதன்னா மகளே
உன்னை அடிப்பதன்னா தூதர்-நான்
இலங்க வர்ண பட்டு உடுத்தி
இந்தத் தெருவீதியிலே துலங்க நடந்தேனம்மா-பாவி
நான் நடந்த பாவம் தாயே
உனது முழங்கால் இரண்டையுமே-அம்மா
முறிக்கி ஒடிப்பதென்ன மகளே
உன்னை அடிப்பதன்ன தூதர்
கள்ளப் புருஷன் வீடு சண்டாளி
கால் போக நடந்தேனம்மா-பாவி
நான் நடந்த பாவம் தாயே
இந்த கிரண்டை. கால் இரண்டையுமே-அம்மா
தட்டி நொறுக்கி எரிப்பதன்ன மலக்கு

நான் தண்டை கொலுசு போட்டு
இந்தத் தெரு வீதியிலே சலசலன்று திரிந்தேனம்மா-பாவி
நான் நடந்த பாவம் தாயே
இந்த உள்ளங்கால் இரண்டிலேயும்
குழிப்பாம்பு கடிச்சு உன்னை இழுப்பதன்ன
உன்னை அடிப்பதன்ன நரகில்
இந்த இறையவன் பூமியைத்தான்
அதிர மிதித்து கடு வேகமாக நடந்தேனம்மா-பாவி
நான் நடந்த பாவம் தாயே
நான் என்ன செய்ய போறேன்
எங்கள் பிழை எல்லாம் பொறுத்தருள்வாய்

(ஆ) நீதிபாடல்

பெண்ணாகப் பிறந்தால் பாத்திமாவைப்போல பூமியில்
வாழ்ந்திடணும்
கண்ணும் கருத்தும் தீனின் வழியை என்றும்
நாடிடணும் (பெண்ணா)
'பாங்'கைக் கேட்டு பணிவாய் நீயும் தொழுகையை
நடத்திடணும்
நல்ல பண்பாய் கணவர் சொல்லை வணங்கி அன்பாய்
வாழ்ந்திடணும்
நல்ல பண்பாய் கணவர் சொல்லை மதித்து அன்பாய்
வாழ்ந்திடணும் (பெண்ணா)
மாயா இது உலகம் நீ எண்ணிப் பார்த்திடம்மா
மகமூதர் நபிநாதர் சொன்ன பொன்மொழி பேணிடம்மா
மறை ஓது தினம் நீயே அல்லாவை எண்ணு
மனம் என்ற திருவீட்டில் ஈமானைப் பேணு
இரு கையேந்தி பெண்ணே சொல் ஏந்தி
இறையோனை நீ நாடு அன்போடு அருள்
பேணு-(பெண்ணா)
அன்பும் நல்ல பண்பும் மனத்தூய்மை செய்கிறது
அதனாலே இந்த ஊரே உன்னைப் போற்றிப் பாடுகிறது
ஒருநாளும் தவறாமல் கலிமாவை ஓது......... இருமுறை)
இளவேனில் இஸ்லாத்தில் மேலோங்கும் பண்பாடு.....
(பெண்ணா)

அன்பான கணவருக்கு என்றும் நீயும் வணங்கிடணும்.....
(இருமுறை)
அல்லாவைக் கூறவல்ல அலிப் தினமும் மறவாதே
தள்ளாடி வீழும்வரை அலிப் தினமும்
மறவாதே-(பெண்ணா)' சினிமாவை....
ஆகா சினிமாவே சினிமாவே சிறப்பை தராது எந்நாளும்
காலையில் என்கதி பல செய்தால் உடல் முழுவதும் சுகமாகி
கணவன் முன்னாலே கனிவாக நின்றுவிடு-(பெண்ணா)
அல்லாவின் சொல்படி அனுதினமும் தொழுதிடணும்
.....(இருமுறை
அன்னைய அண்ணல் கபீரை சுந்தரமாயை
மறவாமல் வணங்கிடனும்....
கைபட்டு மணக்குது இம்மூட்டு- இளவேனில்
இஸ்லாத்தின் மேலோங்கும் பண்பாடு (பெண்ணா)

சித்தர் பாடல்

(அ) இடைக்காட்டூர் சித்தர் பாடல்

பலகையைப் போல் கண்ணாடி பார்க்கவும் தோணுது
படைத்தவன் கிருபையால் பாருலகைக் காணுது
இதல எங்கெங்கு பார்த்தாலும் நரிச்சத்தம் கேட்குது-நீ
இடத்தையும் குறிச்சு குடிசையும் கட்டிக்கொள்
நீ தாங்காத இடை யார் கள்ளர் வந்து சுத்துதே நடையார்
கோனாராம் கிட்டும் குட்டியும் கிட்டும்
ஆடு அங்குட்டும் இந்த கூடு தொடங்கட்டும்
சந்தேகமில்லாத தங்கமே அருள்
தங்கிக்கொண்டால் ஞானம் பொங்குமே...... இருமுறை)
எண்ணி மூன்றரைக் கோடி பீத்த உடலுக்குள்ளே
இருபத்து ஓராயிரத்து அறநூற்று அறுபத்தோராடு
குறுக்காலாடு ஐந்து
குட்டி தொண்ணூற்றாறு
நெருக்கிப் படலச் சாத்தி நேராய் குடிசை கட்டி
நீ தூங்காத இடையார் கள்ளர் வந்து சுத்துதே நடையார்
கோனாரம் கிட்டும் குட்டியும் கிட்டும்
ஆடு அங்கிட்டும் இந்தக் கூடு தொங்கட்டும்
சந்தேக மில்லாத தங்கமே-அருள்

தங்கிக்கொண்டால். ஞானம் பொங்குமே
ஆடு கிடக்குது மந்தையிலே-இந்த
ஆடு கிடக்குது மந்தையிலே-ஐந்து
குட்டி கிடக்குது கூண்டுக்குள்ளே
குட்டி ஆட்டே நரி கொண்டோடி போகும் முன்
இல்லலாஹ்....
கூவொன்று கூத்ததையா கோனாரே
ஆனந்தக் கோனாரே-பலராவாராம்
ஆனந்தக் கோனாரே...
ஆகா.......
பொத்த லடைபட்ட சட்டி-அதில்
புகுந்து திரியுது பெரியாட்டு குட்டி
குத்தூசி நிலையாத சட்டி-அதில்
கோல் பிடித்து அலைகின்ற கோனாரைக் கெட்டி
ஆனந்தக் கோனாரே-பலராவாராம்
ஆனந்தக் கோனாரே....
ஐயா
செடியிடையும் கொடியிடையும் ஐந்தாடு மேய-அதில்
வாரவர் போரவர் பால் மோரு கேட்க
அடடா! இந்தாட்டை மேய்க்க இனி என்னால் முடியாது
அந்த ஏமக்கோனாரிடம் சேர்த்து விடுங்கள் ஆட்டே
யென்று...
அஞ்சலி செய்வார்.
கெஞ்சி கெஞ்சி சஞ்சலம் விடுவார்....
அந்த தஞ்சாவூரையும் முன் ஏர் பிடித்து - நாம
தங்காமல் தங்காமல் தனித்தனியாகச் சென்று
தஞ்சை மகராசன் தால் சரணம் போற்றி-இனி
இந்த ஆட்டை மேய்க்கவே என்னால் முடியாது
அந்த ஏமக்கோனாரிடம் சேர்த்து விடுங்கள் ஆட்டே... ஐயா
அறிவுள்ள பெரியோர்கள் கேட்ட
இடைக்காட்டூர் சித்தர் கவிதன்ன ஜொலிக்க
கோனாராம் கிட்டும் குட்டியும் கிட்டும்
ஆடு அங்கிட்டும் இந்தக் கூடு தொங்கட்டும்
சந்தேகமில்லாத தங்கமே-அருள்
தங்கிக்கொண்டால் ஞானம் பொங்குமே .....

(அ) நாகூரில் அடங்கியிருக்கும் சாகுல் ஹமீது மீதான வரலாற்று நிகழ்ச்சி பாடல்

நாகூர் கடற்கரை ஓரத்திலே
நாதர் திருமுடி இறக்கும் பொழுது
தந்தை இறைத்த யூசுப்சாகிபு
தகப்பனார் இருக்கும்பொழுது...
காரணிப் பட்டுப் பாவா
பகருதீன் காட்டுப் பாவா சையது
அன்று மாலை இருக்கும் பொழுது
அன்று மாலை கருக்கடல் நடுவினிலே
ஒரு கப்பல் அவதிப்படும் நேரத்திலே
கப்பலில் இருந்த மக்கள் எல்லாம்-எஜமானே
நாகூர் எஜமானே என்று கையேந்தி துஆ கேட்டார்களே....
(இருமுறை)
நாகூர் சாகுல்ஹமீது பாதுஷா ஆண்டகையே
எங்கள் கப்பல் கரை வந்து சேரவேண்டும்
நாங்கள் உங்களிடத்தில் காணிக்கைத் தரவேண்டும்
கப்பல் கரை வந்து சேரவேண்டும்.
எங்கள் குழந்தைகள் எல்லோரும் குடும்பத்தோடு
உங்களைக் காணவேண்டும்
நாதா கப்பல் அவதிப்படுதே-எஜமானே
கருணை இன்னும் பிறக்கவில்லையோ நாதாவே....
ஏந்தி துஆ கேட்டார்கள்
எஜமானிடம் குறை அனைத்தும் கூறினார்கள்
கையில் இருந்தோர் கண்ணாடியை
எஜமான் சாகுல்ஹமீது பாதுஷா அண்ணல் துஆ ஓதி
பிஸ்மில்லா ஹிர்ரஹ்மான் னிர்ரஹீம் என்று
கடலில் தூக்கி எறிந்தாரே....
தூக்கி எறிந்த துண்டுக் கண்ணாடி
கப்பலின் துளையை அடைக்க
கப்பலில் இருந்த மக்களுக்கு எந்தவொரு
குறைபாடில்லாமல்
அல்லாஹ்வுடைய துஆ பரக்கத்தினால்
எம் பெருமான் அண்ணாருடைய பேரனாகப் பட்டவர்களின்
துஆவில் கப்பல் கரை வந்தது...

கோடானு கோடி மக்கள் எஜமானை தரிசனம் செய்யவே வந்தார்கள்
மக்களோ பாத்திஹா நேர்த்தியுடன்
எஜமானைக் காணவே வந்தார்கள்
ஐந்து மினராவாம் அலங்கார வாசலாம்.......(இருமுறை)
பூரா கொடியுமே நேராய் பறக்கவே...(இருமுறை)
மாடப்புறா கூட்டமம்மா மகிழ்ந்து நின்று கூவிடுமாம்
காரணம் இதை அறிந்தினரே
உன்னை நாடி வந்தேன்
நாகூர் சாகுல் மீரான் ஒலியே
தீராத பிணியைத் தீர்ப்பார்கள்
நாடிய நல்லோர்களுக்கு நிறைவினை தருவார்கள்
ஓடாத பேய்களையும் ஓடும்படி தீக்கை செய்வார்கள்
பார்த்திஹா முழங்கிடும் தர்கா சரீபிலே....... இருமுறை)
மௌலூது முழங்கிடும் தர்கா சரீபிலே
இராத்திரி பூரா திரிவார்கள் பல மக்கள் கூடி
ஐந்து ஜமாத்தார்களும் ரப்பிப்பும் செய்வார்கள்
எஜமானிடம்
நாகூர் மீரான் நாகூர் மீரான்....

(ஆ) சாகுல் ஹமீது மீதான வரலாற்றுப்பாடல்

உம்மை நாடி வந்தேன் பேரொலியே
அருள் தரவேணும் நாகூர் சாகுல் மீரான் ஒலியே
மாலிக்காப்பூர் பூசுனில் பிறந்தவரே
தீன் பணி செய்ய தேசம் இங்கு வந்தவரே
அண்ணலே காரணரே அருள் நேசரே
அருள் தரவேணும் நாகூர் சாகுல் மீரான் ஒலியே
(உம்மை)
கௌதுல் குத்தூஸ் வழியில் வந்தவரே
அந்த நபிகள் பெயரில் ஆனவரே
தேகம் மணங்கமழும் நாதாவே
தெய்வீக காதர் ஒலியுல்லாஹ்வே (உம்மை)
தஞ்சை மாநகருக்கு வந்தவரே
தன் ராஜன் பிணியையும் தீர்த்தவரே
காராம் பசுவையும் கதறிட காரணத்தால் அழைத்தவரே

அண்ணலே காரணரே! அண்ணலே பூரணரே!
திருமால் ஊர்தன்னில் வந்தவரே
கருங்கல் தேரையும் ஓட்டியே வைத்தவரே (இருமுறை)
திருமலைச் செட்டியாரின் தற்கொலையை மீட்டுத் தந்தீர்
அண்ணலே காரணரே! அண்ணலே பூரணரே!
அருள் தரவேணும் நாகூர் சாகுல் மீரான் ஒலியே
(உம்மை)

2. பாடல்-உரைவிளக்கம்

(அ) முகம்மது நபியின் பிறப்பு சரித்திரம்

எங்களுக்கு அறிவு தந்தோர்
இறைகுர்ஆனை ஓதி தந்தோர்
வந்து வன்பொருளாய் உள்ளாய்
சொந்தமாய் இறைஞானம் எல்லாம்
சொல்பிழை பொறுத்து
இந்த நாலும் அருள்கிருபை செய்யும்
சமாதான முகையத்தீனே!
இலங்கும் இறைஞான பேரின்ப கடல் நீ
இன்னமுதம் எடுத்து எனக்கு அளிப்போனே!
இணங்கிய நேசம் பொருத்தமாய்
இன்னலைப் போக்கிடுவாய்
வணங்கிய தவத்தோருக்கும் அருள் புரிய வந்தவராய்
மாதவத்தோர்கெல்லாம்
சற்குணம் குடிகொண்ட பாதுஷாவான
என் குருநாதன் முகைதீன் கால்பாதம் போற்றி

உரைவிளக்கம்:

சுபஹானல்லாஹ்! எப்புகழும் ஏகவல்லவனாகிய அல்லாஹ் சுபஹானக்கல்லாஹ்வின் கிருபையாலே! மரஹகபா, அண்ணலாரின் துஆ பரக்கத்தினாலே! எல்லா ஒலிகளும் எல்லாம் மேலாய் வந்த மஹபூப் சுபஹானி முகையத்தீன் அப்துல்காதர் ஜெய்லானியின் துஆ பரக்கத்தினாலே! மரஹபா.

இந்த இருளிழந்த உலகத்திலே! இந்த இருள் படர்ந்த பூமியிலே! அல்லாவின் ஆசைக்கடலில் மூழ்கிய முத்தாக

எம்பெருமானை இந்த துனியாவிலே இறக்கித்தந்தான். யாருடைய வழியிலே இறக்கித்தந்தான் அல்லா! ஆமினா அப்துல்லாஹ் என்ற இருவரும் வெகுநாட்களாக குழந்தை இல்லாமல் பிரார்த்தனை செய்து கொண்டு இருந்தார்கள்.

பாடல்:

"ஆதி முதல்வன் ஒளியே! ஒளியே! முகம்மது ரசூலே...."
(இருமுறை)
அல்லா ஜோதிமதி பொருளே! மன்றாடும் சுவர்க்கப்
பொருளே!
அல்லா விண்ணவர் கண்மணியே
அல்லா வேதமதிக் கடலாம்...... இருமுறை)
அல்லா 'செல்வ மகனாராம். நபி தீன் முகம்மதுவாம்
ஆமீனா அபதுல்லா இருவரும் அன்பாய் இருக்கையிலே
ஆமீனா நேந்திட்டு வர்றேன் என்று
ஆமீனம்மா நெய்யால் விளக்கேற்றி
அல்லா காணிக்கை நேந்தல்லவோ
ஆமீனம்மா காத்துட்டு வாவி இருந்தார்
அல்லா பாலகர் இல்லாமல்
ஆமீனம்மா பாங்காட்டு து ஆ இருந்தார்கள்
அல்லா செல்வர்கள் இல்லாமல்
ஆமீனம்மா சிறப்பாற்றுவார் இருந்து
நேந்துட்டு வர்றேன் என்று ஆமீனம்மா
நெய்யால் விளக்கேற்றினார்......."

உரைவிளக்கம்:

சுபஹானல்லாஹ்! பட்டணத்திலே காபா ஷரீபுக்கும் மதினாவுக்கும் இடையே அண்ணாருடைய அன்னை ஆமீனா அவர்கள் பன்னிரண்டு வருடமாக குழந்தை இல்லாமல் இருந்தார்கள். அல்லா இடத்தில் பிரார்த்தனை செய்து கொண்டு இருந்தார்கள். செல்வர்கள் இல்லாமல் துஆ செய்தார்கள். காணிக்கை ஏந்தினார்கள். அப்படி இருக்கக் கூடிய நேரத்திலே, ஒருநாள் திங்கட்கிழமை இரவினிலே, ஆமீனம்மா இஷா தொழுகைக்குப்பின் ஆழ்ந்த நித்திரையில் தூங்கிக்கொண்டிருந்தார்கள்.

பாடல் :

"திங்கட் கிழமை நாளாம்
ஆமினம்மா நித்திரை ஆகும் போது
ஆமீனம்மா நித்திரை ஆகும் போது
அந்த ஜிபீரீல்களும்
ஆமீனம்மா கனவில் கூறினார்கள்
அம்மா! எந்தன் ஆமீனம்மா
தாயே! இன்புற்ற தாயகமே
உங்கள் வயிற்றினில் உதிப்பவர்தான் முகம்மதுதான்
அவர் பேரு முகமது என்று பெயரிட்டு அழைக்கச்
சொன்னார்
இந்த விதமா மினாவும் கண்டு
ஆமினம்மா இன்புறக் கண்டாரம்மா
ஆமினம்மா எழுந்திருக்கக் கண்டாரம்மா-அல்லா
வடிவால் மடியில் குழந்தைப் புரள மினாவும் கண்டு
அல்லா எட்டு சுவர்க்கங்களும்
ஆமினம்மாவின் கர்ப்பத்தில் அமையக்கண்டு .....
(இருமுறை)
வடிவால் ஒரு குழந்தை தவழ ஒரு மினாக்கண்டார்
இந்தவிதமா மினா கண்டு
ஆமீனம்மா எழுந்து வெகுநேரமா...(இருமுறை)
துய்யோனைத்தான் தொழுதார்
கஃபாவின் முன் பக்கமாய் இருக்கின்ற
கஃபாவின் ஓடையில் குளிச்சு தலைமுழுகி
ஆமீனம்மா துய்யோனைத்தான் தொழுதார்
ஆதம் மகன் இபுராஹிம் அடங்கப்பட்ட
கப்ரடி போய் நின்று பாத்திஹாதானும் ஓதி
ஆமினம்மா ஸ்நானத்தைத்தான் முடித்தார்"

உரைவிளக்கம்:

சுபஹானல்லாஹ்! திங்கட்கிழமையன்று தூக்கத்தில் ஆழ்ந்திருந்த நேரத்தில், அல்லாவுடைய மலாயிகத்துமார்கள் அவர்கள் கனவில் தோன்றி, அன்னையரே! உங்களுடைய வயித்திலே அல்லாஹ் எம்பெருமான்(ஸல்) அவர்களை அனுப்பியுள்ளான். அவர்களுக்கு பெயர் 'முகம்மது' என்று

சூட்ட வேண்டும் என்று ஜிப்ரில் கூறினார்கள். ஆமினம்மா பன்னிரண்டு வருடமாக குழந்தை இல்லாமல் இருந்தார்கள். கனவின் வடிவால் ஒரு குழந்தை பிறழக் கண்டார்கள். எட்டுச்சுவர்க்கமும் அவர்களுக்கு நிறைந்தது போல் இருந்தது. இந்தக் கனவு கண்டு ரொம்ப நேரமாய் உட்கார்ந்திருந்து, சுபுஹ் நேரத்தில் தொழுது விட்டு, காபா என்ற ஆற்றில் குளித்து ஸ்நானம் முழுகிவிட்டு, அன்னை ஆமினா அவர்கள் ஆதம் மகன் இப்ராஹிம் கப்ரூக்கு சென்று துஆ செய்கிறார்கள், பிறகு தம் வீட்டிற்கு வந்து இமயம் அப்துல்லாவைப் பார்த்து தான் கண்ட கனாவைச் சொன்னார்கள்.

பாடல்:

"என் கணவரான இமாமே இன்புற்ற - நாயகமே.....
(இருமுறை)
நான் இன்றைக்குக் கண்ட மினா கனவினில்
நான் ஒருபொழுது கண்டதில்லை-இமாமே
வடிவால் ஒரு குழந்தை மடியில் புரள
மினாவும் கண்டேன்..... (இருமுறை)
பொழுது புலரும் வேளையில் மடியில் குழந்தை புரளவும்
மினா கண்டேன்-இந்த
மினா கண்டேன்
நாயகனே என்னவென்று சொல்வேன் - அல்லா
பெயர் முகம்மது என்று குழந்தைக்குப் பெயர் வைக்கச்
சொன்னார்கள்'

உரைவிளக்கம்:

சுபஹானல்லாஹ்! ஆமினா அவர்கள் தன்னுடைய கணவனிடத்தில் வந்து நின்று, இமாமே! என்னுடைய கணவரே, நமக்கு நீண்ட நாளாக குழந்தை இல்லாத காரணத்தால் துஆ செய்தேன். அப்போது கனவொன்று கண்டேன். அல்லாவுடைய வானவர்கள் இறங்கக் கண்டேன். அவர்கள் உங்கள் வீட்டில் வளர்க்கக் கூடிய குழந்தைக்கு 'முகம்மது' என்று பெயர் வைக்கச் சொன்னார்கள். அப்பொழுது எட்டுச் சுவர்க்கமும் மடியில் ஒன்றாகப் புரளக் கனவு கண்டேன் என்றார்கள். அந்த வார்த்தை கேட்டு,

பாடல் :

அல்லா அப்துல்லா அண்ணல் அவர்கள் ரஹ்மான்
தன்னால் மகிழ்ச்சியாகி
அப்துல்லா நெத்தியில் முகம்மதை முத்தாகத்தான் பதித்து
ஆமினம்மா வயிற்றில் முகம்மது காமிலாகத்தான்
படைத்தார்
எச்சில் தரித்தவர்கள் நபி பேரொளியால் ஆனவர்கள்
அல்லா ஹக் என்ற முத்தான கமழத்தில் உருக்கினார்கள்
ஆகாய திருக்கரத்தில் நபி ஒரு வான்மயிலாய் இறங்கி
அல்லா எட்டு சுவர்க்கத்திலும் பாங்காய் ஒளிவாகி......"

உரைவிளக்கம்:

அப்துல்லாவின் நெத்தியில் முத்து ஒளிபோன்றும், அன்னை ஆமினாவின் வற்றினிலே முகம்மது காமிலாவும் போன்றும் இருந்தார்கள், முத்துக்குள் முத்தாகவும் வைரத்துக்குள் வைரமாகவும் வயிற்றினிலே இருந்தார்கள். ஆகாய திருக்கரத்தில் முகம்மது ஒரு பச்சை மயிலைப் போல வெகுநாட்களாக இருந்திருக்கிறார்கள். கருத்தரித்த நாற்பதாவது நாளிலேயே மனைவி வார்த்தை கேட்டு சந்தோசத்துடன் நான் செட்டுக்கு போறேன் என்று அப்துல்லா சென்றார்கள். ஆமினா துஆ செய்தார்கள். அப்துல்லா ஒட்டகத்தில் ஏறினார்கள்.

பாடல் :

"அல்லா ஏத்து முதல் ஏத்தி இல்லல்லா ஏழு ஒட்டகமாம்
அந்த ஏழு ஒட்டகத்திலே அப்பதுல்லா ஏத்தி சரக்கு ஏத்தி
சாம்தேசம் பட்டணத்திலே அப்துல்லா கூடாரம் போய்
ஒன்றடித்தார்
அல்லா செட்டு பிழைத்திடுமாம்
நம்ம தீன் அப்துல்லாவுக்கு....

உரைவிளக்கம் :

அப்துல்லா அவர்கள் பன்னிரண்டு வருடம் குழந்தை இல்லாமல் இருந்ததற்கு, தன் மனைவி சந்தோஷமான காரியத்தைக் கூறியவுடனே அல்லாஹ்வுடைய கட்டளை என்று வியாபாரத்துக்குத் தேவையான பொருட்களையெல்லாம் ஏற்றி,

பக்கத்திலுள்ள சாம்தேசம் பட்டணத்திற்குச் சென்று கூடாரம் அடித்து வியாபாரம் நடத்தினார்கள். அல்லாஹ்வுடைய கிருபையால் வியபாரம் நன்றாக நடந்தது. அல்லாஹ்வின் கிருபையால் எம்பெருமானார் (ஸல்).

பாடல்:

"அல்லா முகம்மது பிறந்ததும் திங்கட் கிழமை
வளர்ந்ததும் திங்கட்கிழமை
ஹஜ் பழித்ததும் திங்கட்கிழமை
வபாத்தும் திங்கட் கிழமை
கேட்டிருந்த பேர்களின் கோத்திரங்கள் தழைக்கவேணும்
பார்த்திருந்த பேர்களுடைய பாவத்தையும் நீக்கவேண்டும்
பாடிவந்தேன் இந்த பக்கீரும்....."

உரைவிளக்கம்- இடையிடையே பாடல்

(அ) பாத்திமா நாயகி திருமண நிகழ்ச்சி

முகம்மது நபியின் மகளான பீவி பாத்திமாவின் பேரழகு வடிவும், நல்ல ஒழுக்கமும், உயர்ந்த பண்பும், அல்லாவுடைய பாசவிசுவாசமும், நம்பிக்கையும், ஈமானின் உறுதியும், நல்ல அழகையும், தெளிவையும் கண்ட மதினா நகரத்து பெரும் பெரும் செல்வர்கள் எல்லாம் மணம் முடிக்க எண்ணினர்.

"மணமுடிக்க வேண்டுமென்று மனதில் எண்ணி
எங்க மகமூதர் நல்நபி இடத்தில் வந்து
வள்ளல் முகம்மது நபியிடம் வந்து அவர்கள்
வாய்திறந்து கேட்பதற்கு மனம் பதைத்தார்கள்"

பாத்திமாவை மணம் முடிக்க வேண்டும் என்று மதினா மாநகரத்து வாழ்ந்த பெரும் பெரும் செல்வர்கள் எல்லாம் அருமை நபியிடத்து வந்தார்கள். நபியிடம், பாத்திமாவை மணம் முடித்து கேட்க தயங்குகிறார்கள். ஒருநாள் அபூபக்கர் சித்திக்(ரலி) அவர்களும், உமர் கத்தாப்பு(ரலி) அவர்கள் இருவரும் 'மஸ்ஜித் நபவி' பள்ளியில் இருந்த 'ஹஜ்ரத் அலி'யைப் பார்த்து, உங்களிடத்தில் நல்ல செய்தி ஒன்று சொல்ல வந்திருக்கிறோம்.

"வீரம் பொருந்தியதோர் ஹஜ்ரத் அலியே
நல்லதொரு செய்தி ஒன்று சொல்லக்கேளும்"

வீரமிக்கவரே! அலியே! உங்களுடைய நபியின் மகளாகிய பாத்திமாவை அனைவரும் பெண் கேட்டு வரார்கள். நீங்கள் போய் நபியிடம் கேளுங்கள். உங்களுக்குத் தருவார் என்று நம்புகின்றோம். அதனைக்கேட்ட ஹஜ்ரத் அலிக்கு பாத்திமாவை நமக்கு மணம் முடித்து தருவார்களா? என்ற ஐயம் ஏற்பட்டது. பின் நபியிடம் சென்று சலாம் கூறுகிறார்கள்.

“அஸ்லாமு அலைக்கும் யா ரசூல்லுல்லாஹ்”

அல்லாஹ்வுடைய நபியே! என்னுடைய உள்ளத்தில் நெடுநாட்களாகச் சேர்த்து வைத்த எண்ணத்தைச் சொல்லுகின்றேன். தங்கள் பீவி பாத்திமாவை எனக்கு மணம் முடித்துத் தாருங்கள் என்று கேட்கிறார்கள்.

“சங்கைபொருந்தியதோர் பாத்திமாவையும்
தகுமான மணம் முடித்து தாருங்களேன்
சீரும் புகழுமான பாத்திமாவை
செல்வ மங்களம் பொருந்த முடித்துத் தாருங்கள்’

ஹஜ்ரத் அலி மணம் முடித்துத் தாருங்கள் என்று கேட்கிறார். அது கேட்ட முகம்மது நபி, ‘ஹஜ்ரத் அலி அவர்களே! நான் அல்லாஹ்வின் கட்டளையை எதிர்பார்க்கிறேன்’ என்று சொல்கிறார்.

ஹஜ்ரத் அலி அங்கிருந்து ‘மஸ்ஜித் நபவி’ சென்று கையேந்தி அல்லாஹ்விடத்தில் துஆ கேட்கிறார்கள். என்னுடைய எண்ணத்தை கபுலாக்கி தருவாயாக மங்கையர் அரசியான பாத்திமாவை மணம் முடித்துத் தருவாயாக என்று கேட்கிறார்கள்.

ஹஜ்ரத் அலியின் துஆவை நிறைவேற்றும் பொருட்டு அல்லா ஜிப்ரீல்களுக்கு உத்தரவிடுகிறான். ஏழு உலகங்களையும் எட்டு சுவர்க்கத்தையும் ஒன்றாகக் கூட்டி அலங்கரிக்கச் சொல்கிறான். ‘சுபாயத்’ என்னும் மரத்தடியின் கீழ் வைத்து அல்லாஹ் ஹஜ்ரத் அலிக்கும் பீவி பாத்திமாவுக்கு திருமணம் முடிக்கிறான்

“எங்கள் அழகு பொருந்திய பாத்திமாவுக்கும்
ஹஜ்ரத் அலிக்கும் வானவர்கள் பார்க்க
மணம் முடித்தார்”

அல்லாஹ்வின் அரசில் வைத்து மணம் முடித்தனர். அல்லாவுடைய நல்லடியார்களே! இதுவரை நடக்காத ஒரு காரியத்தை அல்லா பீவி பாத்திமாவுக்கும், ஹஜ்ரத் அலிக்கும் மணம் முடித்து வைத்தார்கள். இதனை முகம்மது நபிக்கு தெரிவிக்க அல்லா, ஜிப்ரில் இடத்தில் சொல்கிறார். இதனைப் போன்று உலகத்தில் முடிக்குமாறும் சொல்லி அனுப்புகிறார்.

ஜிப்ரில் வந்து நபியிடத்தில் சொர்க்கத்தில் இருவருக்கும் அல்லா வக்கீலாக இருந்து மணம் முடித்ததைச் சொல்லுகிறார். நபியும் மனம் நிறைவு பெறுகிறார். பிறகு நபி தன் சகாபாக்களை அழைத்து இச்செய்தியினை மக்களிடத்தும், ஹஜ்ரத் அலி யிடத்தும் சொல்லி அனுப்புகிறார்.

இச்செய்தியினை முகம்மது நபி பாத்திமாவிடத்தில் நேரடியாகச் சென்று சொல்கிறார். அது கேட்ட பாத்திமா அப்படியானால் நாளை கியாமத் நகரில் பெண்களுக்கு வாதாடும் பதிலளிக்கும் பொறுப்பை அல்லா எனக்கு அளிக்க வேண்டும் என்று கூறுகிறார். அது கேட்டு நபி அவர்கள் ஜிப்ரில் இடத்து சொல்கிறார்கள். ஜிப்ரிலும் அல்லாவிடத்தில் சொல்லி சம்மதம் பெற்று வருகிறார். பிறகும் பாத்திமா இதனை அல்லா தனக்கு எழுத்து வடிவில் ஆக்கித்தர வேண்டும் என்று கூற, அல்லாவும் அதனை பட்டு ஓலையால் எழுதி ஜிப்ரீலிடம் கொடுத்து அனுப்புகிறார். அதனை வாங்கிய பாத்திமா கண்ணில் ஒற்றிக்கொண்டு திருமணத்துக்குச் சம்மதிக்கிறார்.

முகம்மது நபியும், ஹஜ்ரத் அலி அவர்களுக்கு பீவி பாத்திமாவை ஊர் அறிய மணம் முடித்து வைக்கிறார்கள். இவ்வாறான முறையில் ஹஜ்ரத் அலிக்கும் பீவி பாத்திமாவுக்கும் திருமண நிகழ்ச்சியாகப்பட்டது நடக்கிறது. அல்லாஹ்வுடைய நல்லடியார்களே! பெண்களே! நீங்களும் பாத்திமா நாயகி அவர்களின் இத்தகைய வாழ்க்கையைப் பின்பற்றி வாழவேண்டும் என்று நாங்கள் கேட்டுக்கொள்கிறோம்.

(ஆ) சைத்தூன் கிஸ்ஸா

பாடல்:

“ஆதி அனுப்பிய வேதமுறைப்படி அறிந்து சகலோரும்
அணுவளவாகியும் பிசகில்லாமல் அதாபுடனே நடக்க

மானும் புலியும் ஒரு துறை தண்ணீர் மகிழ்வுடனே குடிக்க
பாம்பும் கீரியும் ஓர் தரையில் படுத்து நித்திரை செய்ய
இப்படி அரசர் உமறுகத்தாபு இருந்தார் அரசாண்டு
சகல தேசத்து ராஜாக் களெல்லாம் இவர் கைக்குள்ளாக
அடங்கி யொடுங்கி அரசாண்டு வருகிற அந்த நாளையிலே
ஒருநாள் முகம்மது ஹனீபா காட்டுக்கு உற்ற வேட்டையாட
நாடி தன்கூட நாலுபேர்கள் தன்னை நடத்திட தானழைத்தார்
இரண்டு வீர்கள் அபூபக்கர் சித்திக்கு உற்ற பிள்ளைகளாம்
இரண்டு சூரர்கள் உமர் கத்தாப்பு உற்ற பிள்ளைகளாம்."

உரைவிளக்கம்:

இப்னு உமர்கத்தாப் (ரலி) மதினா நகரத்தில் இரண்டாவது கலிபாவாக இருந்து அரசு செய்து வரக்கூடிய நாளையிலே, அவர்களுடைய காலத்தில் நீதி நிலைநாட்டி அநீதிகளை ஒழித்து, சர்வதேச அரசர்கள் எல்லாம் அவருக்கு திறை அளக்கக் கூடிய முறையிலே, ரொம்ப நீதியான முறையில் பரிபாலித்து வருகிறார்கள். அப்படி வரக்கூடிய நாளையில் ஒருநாளன்று ஹஜ்ரத் அலி அவர்களின் மகனாகிய முகம்மது ஹனீபா அவர்கள் காட்டுக்குச் சென்று வேட்டையாடி வரவேண்டும் என்று தன் கூட நான்கு வீரர்களையும் அழைத்துக் கொண்டார்கள். இரண்டு வீரர்கள் அபூபக்கர் சித்திக் மக்கள், இரண்டு பேர் உமர் கத்தாப்பு மக்கள். இப்படி ஐந்து பேர்களும் ஒன்றாகக் கூடினார்கள்.

பாடல்:

"ஐந்து ராசர்களும் ஒன்றாகக்கூடி ஆலோசனை செய்து
காட்டுக்குப் போயினி வேட்டைகளாடிட, கொண்டா ரந்நேரம்
வேட்டையின் ஆயுத மெடுத்தார்கள் கைகளில்
வேண்டுமானதெல்லாம்
கத்தி கட்டாரி ரம்பம் வாள் முதல் கனத்த கேடயமாம்
ஈட்டியை எடுத்து கையில் பிடித்தார் எந்தன் அலிமகனார்
சக்கரம் எடுத்து கையில் பிடித்தார் சாமார்த்தியம் காட்ட'

உரைவிளக்கம்:

இந்தவிதமாக ஐந்து அரசர்களும் வேட்டைக்கு வேண்டுமான ஆயுதங்களை எடுத்துப் பூட்டி, இன்னும் அவர்கள் ஏறி செல்வதற்கு

பஞ்சகல்யாணி எனும் குதிரையைக் கொண்டு வரச்செய்து, இந்த ஐந்து பேர்களும் ஒன்றுபோல் புலியைப்போலான பரியில் ஏறி அமர்ந்து, முகம்மது ஹனீபா அவர்கள் தன்னுடைய குதிரைக்குத் தானே இசாராச் செய்தார்கள். இசாராச் செய்தவுடனே அந்த நான்கு வீரர்களும் முகம்மது ஹனீபாவும் ஆக ஐந்து பேர்களும் எப்படி குதிரைகளை நடத்திச் செல்கின்றார்களேயானால்,

பாடல்:

"நான்கு கால்களும் நளினங்கள் ஆடிட
ஓட்டிய குதிரைகள் வானத்துக்கு ஏகிட
சோலை மரங்களும் தலைதூக்கி ஆடிட
காட்டில் மான்மறைகள் கண்டதும் ஓடிட
ஹனீபா வழிநடத்தினாரே...."

இந்தவிதமாக வீரமுள்ள ஐந்துபேர்களும் ஒன்றாக மதின மாநகரத்தை விட்டு நீங்கி காட்டுக்குள் வேட்டையாடி வருகின்றார்கள்.

பாடல்:

"அண்ணலான அலிமார்கள் வீரமுள்ள ஹனீபா
வேட்டையாடி வரும் பொழுது கண்ணாலே கண்டிடுவாரு"

உரைவிளக்கம்:

ஐந்து வீரர்களும் காட்டில் வேட்டையாடி வந்து கொண்டிருக்கிறார்கள். அப்படி வேட்டையாடி வரக்கூடிய நேரத்திலே அவுங்க கண்ணுக்கு மன்னால இருந்தது இருந்தாற் போன்று நாற்பத்தொரு குதிரைகள் வரக்கூடிய காட்சியைத்தானே பார்க்கின்றார்கள்,

வினா-விடைப்பாடல்

(அ) நூறுமசலாவின் முன்பகுதி (பாடல் - உரைவிளக்கம்)

நூறுமசலாவான அந்த நூறு கேள்விகளை, அந்த மார்க்க விஷயங்களைப்பற்றி, அல்லாவுடைய குர்ஆன் ஷரிபிலே கூறப்பட்டுள்ள பரிசுத்தங்களைப் பற்றி ஞான அலங்கார வல்லி ஒரு இந்துக்களான பெண், அவள் கலிமா சொல்லாத பெண்ணாக இருந்தும் மார்க்கக் கல்விகளை

அறிந்து தெரிந்து, மார்க்க நூல்களை நன்றாக உணர்ந்து அப்பாஸ் மன்னரிடத்தில் நூறு கேள்விகளைக் கேட்கும், இந்த நூறு மசலாவெனும் சரித்திர வரலாற்றை நாங்கள் சொல்லலாம் என்று ஆரம்பம் செய்கின்றோம். அல்லாவுடைய நல்லடியார்களே! அல்லாவிடத்தில் எங்களுக்கு நல்லருளுமாறு துஆ செய்யுமாறு கேட்டு, இதனை ஆரம்பம் செய்கின்றோம்.

"ஐந்த மாநகர்பதி ஆண்டு வந்தார் அகமதுஷா
அகமதுஷா மரியம்பீவி இருவரும் வாழ்ந்து வந்தார்
அண்டாள பவனமெல்லாம் அடக்கியே அரசாண்டு வந்தார்
சொத்திலேயும் சுகத்திலேயும் பணத்திலேயும் காசிலேயும்
பாதுஷா வாழ்ந்து வந்தார்-மன்னர்
அகமதுஷா வாழ்ந்து வந்தார்......"

ஐந்து மாநகர் பதியில் நீர்வளம், நிலவளம், பணவளம் பொருந்திய அந்த நாட்டை அரசாள செய்து பரிபாரணம் நடத்தி வாழந்து வந்தார்கள். அகமதுஷாவும், மரியம்பீவியும் கண்ணும் இமையும் போன்றும், நகமும் சதையும் போன்று வாழ்ந்து வந்தார்கள். அப்படி வாழ்கின்றபோது எல்லாம் வல்ல இறைவன் வேண்டிய ரஹ்மத்துக்களைக் கொடுத்திருந்தான். ஆனால் இருவருக்கும் ஒரே ஒரு மனக்குறை இருந்தது. அந்த மனக்குறை என்னவென்று கேட்டால், ஆண்டவனிடத்தில் இரவும் பகலும் அறுபது நாளுமாக மரியம்பீவியும், அகமது ஷா அவர்களும் என்ன துஆ கேட்கிறார்கள்.

"சொத்தை வைத்து ஆளுவதற்கு குட்டி இரண்டு இல்லையம்மா
பட்டம் சூட்டி ஆளுவதற்கு அம்மா பாலகனும் இல்லையம்மா
நேந்துதான் இருந்து நெய்யான விளக்கேற்றி
ஏந்திழையார் கேட்ட துஆ, படைத்த இறையோனும்
கிருபை செய்தான்"

அல்லாஹ் தஆலா! இறைவன் கபுலாக்கி கொடுத்தான். அவர்கள் நாளும் கணக்குமாக அவர்களுடைய வயிற்றிலேதானே அமலாக தரித்து, வளர்பிறை வளர்த்தது போல் பத்துமாதம் நிறை சுமந்து மரியம்பீவி அவர்கள் ஐந்தமாநகரில் பெற்றெடுத்தார்கள்.

"பெற்றெடுத்தார் குழந்தையும் பெரியோனின் கிருபையினால்
தந்தை போல் சிவப்பழகும் தாயைப் போல் முகத்தழகும்

காலழகும் கையழகும் மனது போல் புயத்தழகும்
ஆசை கொள்வார் சில கோடி அண்டி நிற்பார் சில மகளிர்
அறிவு பல தேடி அண்டி நிற்பார் சில கோடி
நேசம் வைத்த மங்கையர்கள் நின்றும் அவரை கொஞ்சிடுவார்"

மகன் பிறந்த ஆசையினால் இந்த மாநகரில் உள்ள ஏழை எளியவர்கள், இல்லாத பக்கீர்களுக்கு எல்லாம் பாதுஷா அவர்கள் மகன் பிறந்த சந்தோஷத்தில் பணம், காசுகளை எல்லாம் வாரிவாரிக் கொடுத்தார். அள்ளி அள்ளி ஹதியா கொடுத்தார். பசியால் வருகின்ற பசியாளிக்கு பசி அமர்த்தினார். எத்தீம்களுக்கு உடை கொடுத்தார். மதரஸா கட்டிக் கொடுத்தார்கள். இப்படி வேண்டிய உதவிகள் செய்தார்கள்.

அல்லாவின் கிருபையினால் அந்த குழந்தைக்கு ஒரு வயது ஆனது. பல நாட்டிலுள்ள பெரியோர்களை, குஃபிகளை வரவழைத்து அந்த பாலகருக்குத்தானே அழகான பெயர் வைத்தார்கள். என்ன பேரு வைத்தார்களேயானால் அப்பாஸ்' என்று தானே வைத்தார்கள். அகமது ஷா மன்னரும்,

"அல்லா
பேர்நாமம் சூடித்தான் பாலகரையும் வளர்த்து வந்தார்
நாளொரு மேனியாக பொழுதொரு மேனியாக
இளம்பிறை வளர்வது போல் பாலகனும் வாழ்ந்து வந்தார்
வளர்ந்து வரும் நாளையில் ஐந்தாவது வயதுமானார்
ஐந்தாவது வயதினிலே பள்ளியிலே ஓதி வந்தார்"
நல்ல நல்ல வேதம் கற்றார்
அல்புர்கான் ஓதக்கற்று அப்பாஸு
இனியதமிழ் படிப்பும் கற்றாரு....."

அல்லாஹ்வின் உதவியினால் குர்ஆனும், தொண்ணூற்றாறு தத்துவங்களையும் கற்று, அறுபத்து நான்கு கலைகளையும் கற்று ஆறாயிரத்து அறநூற்று அறுபத்தாறு ஆயத்துகளையும் அறிந்தார்கள்.

(ஆ) நூறுமசலாவின் பிற்பகுதி (வினா-விடைப்பாடல்)

ஆமினல்லா ஆமினல்லா ஆலமெல்லாம் நிறைந்தவனே
ஆலமெல்லாம் நிறைந்தவனே ஆளுகின்ற வல்லவனே

வல்ல பெரியோனே-அல்லா
உன்னை மறப்பதில்லை ஒரு காலமும்....
வஞ்சியொடுதான் கூறியே வந்தாள் ஞானவல்லி
கொஞ்சியவள் பூங்காவனம் கூடி விளையாடும் போது
வந்து விளையாடயிலே அந்த பாவையவள் மயக்கப்பட்டாள்
பாவையவள் மயக்கப்பட்டு அந்த பாங்கியவர்கள் மடியின் மீது
பாங்கியர்கள் மடியின்மீது வல்லி படுத்திருக்கின்ற செய்கையிலே
சங்கீத ஞானவல்லி அப்போது கண்டாலே கனவொன்று
காணாத சொப்பனங்கள் வல்லி அப்போது மிகவும் கண்டாள்
பதறி முழித்தெழுந்து தன்னுடைய பாங்கிகளைத்தான் அழைத்தாள்
யாரடியே பாங்கிகளே! எந்தனுடைய தாதிகளே!
காணாத சொப்பனங்கள் இப்பொழுது நானும் கண்டேன்
நான் கண்ட கனவானது
இப்பொழுது கருத்துடனே சொல்லக் கேளு
வெட்டுங் கைவாள் ஒடிந்து நான்
வீரமணிமாலை சூடக் கண்டேனே
கனவு நான் கண்டேனே....
பதினெட்டு வயதுள்ள பாலகனுக்கு
பாரியாகக் கண்டேனே-கனவு
நான் கண்டேனே....
மலர் வைத்த கூந்தலிலே
நான் சாணி கூடை இருக்கக் கண்டேன்
இந்தக் கனவு கண்டேன்
அல்லா.....
எந்தனுடன் தாதிகளே! இந்தவிதமாக வல்லோ
வல்லி எடுத்துரைக்கும் வேளையிலே......."

ஐந்தமெனும் நகரத்தை இனிதமெனும் செங்கோல் நடத்தி அரசு புரிந்து வரக்கூடிய அகமதுஷாவுடைய மகன் அரசர் சிகாமணியுடன் திருநாமம் பெற்று அப்பாஸ் சிகாமணி அவர்கள், சீனமாநகர் தன்னிலே சிகரென்னும் சிகாதி பெற்று இயற்கொடி நாட்டி வாழ்ந்து வரும் பாகவதி அரசுடைய மகளாகிய நூறரசி என்னும் திருநாமம் பெற்று மெகர்பானுவாகப்பட்ட ஞான அலங்கார வல்லி குளித்து ஸ்நானங்கள் செய்து, தன்னுடைய

பூங்காவனத்திலே நித்திரை செய்து கொண்டிருந்த தருணத்தில் ஒரு சொப்பனமாகப்பட்ட கனவாக்கப் பட்டது ஒன்று கண்டாள். அந்தக் கனவைக் கண்டதுடனே பதறி முழித்து எழுந்து. தன்னுடைய அடிமை வேலைக்காரப் பெண்களைப் பார்த்து தான் கண்ட கனவைச் சொன்னாள். சொல்லிக் கொண்டுள்ள தருணத்தில் அப்பாஸ் அரசு சிகாமணி பட்டவர்கள் தன்னுடைய சொந்த நாட்டைவிட்டு நாடு நகரங்கள் அத்தனையும் கடந்து, சில நாட்களுக்குப் பின்பதாக அந்த மசலா மணிமண்டபத்தில் வந்து சேர்ந்தார்கள்.

"மசலா மணிமண்டபத்தில் வாகுடனே வந்து சேர்ந்து
அசையா மணியானதே அகமதுஷா மகன் அடிக்க
ஆராய்ச்சி மணியோசை-அந்த
நூறரசி காதில் கேட்டு"
யாரடியே பாங்கிமாரே! என்னுடைய தாதிகளே!
ஆராய்ச்சி மணியோசைதான்-அல்லா
இப்பொழுது கேட்கிறது.
ஒரு வருட காலமாக கேட்காத இந்த மணியோசை
இன்று இத்தருணத்திலே பெண்ணே
இப்பொழுது கேட்கிறது
அசையா மணியானதே
அடித்ததாரு பார்த்து வாங்க
இந்த விதமாகத் தானே-அந்த
நூறரசி தானும் சொல்ல...."

ஒருவரிடம் ஒன்றரை வருட காலமாக இந்த மசலா மணிமண்டபத்தில் இந்த ஆராய்ச்சி மணியோசையாகப்பட்டது கேட்கவில்லை. ஆகா, இன்று ஒன்றரை வருடத்திற்கு பிறகு இந்த மணியின் ஓசையாகப்பட்டது கேட்கிறது. யாரோ ஒரு மன்னன் வந்து அடித்துக் கொண்டிருக்கிறான். அவனுக்கு இந்த உலகத்துடைய வாழ்க்கையாகப்பட்டது முடிந்துவிட்டது போல் தெரிகிறது. அதனால்தான் இந்த-ஆராய்ச்சி மணியை அடித்துக் கொண்டுள்ளான். அவன் யாரு? எவன் என்று எந்த நகரத்தில் பிறந்தவன் என்று கேட்டு வாருங்கள் என்று தன்னுடைய பாங்கிப் பெண்களைப் பார்த்து நூறரசியாகப் பட்டவள் சொன்னாள்.

"அந்த மொழி கேட்டதுடன்
அந்த எஜமானன்தான் தாதிப் பெண்கள்
மசலா மணிமண்டபத்தில் அவர்கள்
வாகுடனே வந்து சேர்ந்து....
மசலா மணிமண்டபத்தில்
வந்து நின்று பார்க்கும் பொழுது
சந்திரன் உதயம் போல
நம்ம அப்பாஸையும் தானும் பார்க்க
அவர்களுடைய அழகைக் கண்டு
அவர்கள் சிந்தைகளும்தான் கலங்கி
சிந்தைகளும்தான் கலங்கி
பாங்கிகள் வாகுடனே ஏது சொன்னாரு-அடே
எந்த ஊரு ராஜனோ நீ
மன்னா ....
எத்தனை பேரு அதிபதியோ-அட
வந்தவர்கள் மீண்டதில்லை
எந்தனுட வல்லியிடம்
மன்னா! தன் நாட்டை ஆளாமலே
உன் தலை எழுத்தா இங்கு வந்தாய்
உந்தன் உயிர் வேணுமானால்
மன்னா குதிரை கொண்டு ஓடும் மன்னா....."

ஏய் மன்னவரே! உன்னைப் பார்க்கும் பொழுது பதினாறாம் நாள் சந்திரனைப் போல இருக்கிறாய். செந்தாமரை புஷ்பமாக்கப்பட்ட மலரைப் போல அழகாய் இருக்கிறாய். ஆனால் எங்கள் அரசியாகப் பட்டவள் நூறரசி இருக்கிறாளே, ஐந்நூறு அரசர்களை வென்றவள். அவளுடைய பூந்தோட்டத்தில் வேலைக்காரர்களாக உள்ளனர். ஆகையால் மன்னவரே! என்னுடைய அரசிக்குத் தெரியாமல், இந்த நாட்டை விட்டு உயிர் தப்பித்து ஓடி விடு என்று அப்பாஸ் அரசரைப் பார்த்துச் சொன்னார்கள். ஆகா! அந்த வார்த்தையைக் கேட்டு அரசராகப்பட்டவர்கள் என்ன சொன்னார்கள்.

"போங்கடியே தாதிகளே
புத்தி கெட்ட பாங்கி மாரே
ஓடவும் நான் வரலே
ஒளியவும் நான் வரலே

அப்பேர்பட்டவல்லியைத்தான்
இப்பொழுது நான் உகந்து..............
அவளைக்கண்டு மாலை சூடி - நான்
அவள் தலையில் விறகை வைத்து எந்தன்
அரண்மனைக்கு அழைத்துப் போக-இந்த
அகமதி ஷா மகனும் வந்தேன்........
நான் சொன்ன மொழி மறவாதே
உந்தனுடைய வல்லியுடன்
நீங்களும்தான் சொல்லும் என்றார்”

அல்லாஹ்வுடைய கிருபையினால் அருமை நபிகள் எம்பெருமானாரின் துஆ பரக்கத்தினால், அப்பேர்பட்ட வல்லியை வெல்வதற்குத்தான் என்னுடைய நாட்டை விட்டு இந்த நகரத்துக்கு வந்துள்ளேன். அதனால் அவளிடத்தில் நான் சொன்ன விவரங்களைப் போய் சொல் என்று அரசு அப்பாஸ் சிகாமணி அவர்கள் பாங்கி பெண்களைப் பார்த்து சொன்னார்கள். அந்த வார்த்தையைக் கேட்ட பாங்கி பெண்களும் மசலா மணிமண்டபத்தை விட்டு ஓடிவந்து தன்னுடைய அரசியாகிய மெகர்பானுவிடத்தில் சொல்கின்றனர். அந்த வார்த்தையைக் கேட்டு நூறரசியாகிய மெகர்பானுவும் மசலா மணிமண்டபத்துக்கு வந்து சேர்கிறாள்.

“மன்னாதி மன்னர்களும் மகுடமுடி ராஜர்களும்
மந்திரி பிரதானிகள் மகஞானிகள் சூழ்ந்திருக்க
யானைப்படை சேனைப்படை
அந்தக் காலட் படை இருக்க
அவரவர்கள் சூழ்ந்திருக்க
அந்த அகமதுஷா மகனிருக்க
கூடியிருந்த சபைதனிலே
வல்லி கூறுகிறாள் மசலாவே...
வல்லவன் நான்தானென்று
வந்து இம்மேல் சபையில் கூறும்
வெல்வேன் என்று சொன்ன வேந்தனே
நான் சொல்லக் கேளு
வல்லி
நான் சொல்லும் மசலாவில்
பயான் (பதில்) சொல்லாதிருந்தால்

கொல்வேன் கைவாள் அரிவாளினால்
கோதை அறிவார்கள் பார்க்க...."

இந்த வார்த்தையைக் கேட்டு அப்பாஸ் அரசர் அவர்கள் என்ன சொன்னார்கள் தெரியுமா?

"என்னை கொல்வதென்ற இளமயிலேக்கேளு
வந்திடும் விதிகள் வந்தால்
மாந்திரர்கள் என்ன செய்வார்கள்
உந்தன்தன் மசலாத்தன்னை
உகந்ததுமே சொல்வேயானால்
அந்தப் பொருளைக் கொண்டு
ஆதிரஹ்மான் கிருபையாலே...."

"என்னின் சுடர்மணியே! நீ சொல்லுகின்ற மசலாவுக்கு பயான் – சொல்லத் தயாராகக் காத்துக் கொண்டிருக்கிறேன். உன் மசலாவைச் சொல் என்று சொன்னார்கள். ஆகா அந்த வார்த்தையைக் கேட்டு மெகர்பானுவாகப்பட்டவர்கள் என்ன சொன்னார்கள் தெரியுமா?

ஏய் மன்னாதி மன்னனே! மகுடமுடி ராஜனே! என்று சொல்லி சப்தத்தோடு ஆங்காரத்தோடு என்ன கேட்கிறாள்.

வினா:

"தாண்டும் பரிகள் ஏறி மீண்டும் இங்கு வந்தோரே
தாசியராய் வந்த கோசியரே நீர் இங்கு கேளும்
நீர் யார்மகனு காணும்
நீர் இப்ப சொல்லாவிட்டால் கொல்வேன் யானும்
உன்னை யார் வளர்த்தது? சொல்லாவிட்டால்
நேரே பிளப்பேன் யானும்......"

தாண்டும் பரி ஏறி வந்தவரே! நீ யார் மகன், யார் உன்னை வளர்த்தது என்று கேட்கிறார்கள்.

விடை:

"அடி ஞானப்பெண்ணே ...
கொல்வேன் என்று சொன்ன குங்குமச் சந்தனமே
கோதையராகிய மாதரே நீர் கேளு - நான்
ஆதன் மகன்தான்டி பெண்ணே
ஓதும் வேதம்தான்டி

என்னை அல்லா வளர்த்தான்டி-பெண்ணே
உன்னை ஒரு சொல்லால் வெல்லத்தான்டி.....'

நான் ஆதம் மகன் என்றும், அல்லாஹ் தஆலா என்னை வளர்த்தான் என்றும் விடை அளித்தார்கள்.

வினா:

"ஏய் மன்னவா
தாண்டும் பரிசுகள் ஏறும் முன்னே
தங்கி இருந்த இடமென்ன
ஊறும் பரிகள் ஏறும் முன்னே
உயர்ந்திருந்த இடமென்ன
இம்மசலா போல் ஆயிரம் மசலா உள்ளது
விளங்கும்படி சொல்லும் மன்னா
சொல்லும் மன்னா வெல்லும் மன்னா-இங்கு
பலபேர் முன்னிலையில்"

ஏய் மன்னவா! தாண்டும் பரிகள் ஏறும் முன் தங்கியிருந்த இடம் எங்கே? ஊன்றும் பரிகள் ஏறும் முன்னே உயர்ந்திருந்த இடமென்ன? என்று கேட்கிறாள்

விடை:

"அடி ஞானப்பெண்ணே!
தாண்டும் பரிகள் ஏறும் முன்னே
தங்கியிருந்தேன் தகப்பன் வீட்டில்
ஊன்றும் பரிகள் ஏறும் முன்னே
உயர்ந்திருந்தேன் தாயின் வயிற்றில்
இதுதானா உன் மசலா வென்று
என்னை வெல்ல வந்தாயடீ..."

என்று பதில் அளிக்கிறார்

இரண்டாம் நாள் மசலாவில்

வினா:

"மன்னாதி மன்னவனே
மகுடமுடி ராஜனே!
என்னை வெல்ல வந்த மன்னா

இருந்து நல்லா கேளு மன்னா-அடே
உங்கள் நபி மார்க்கத்திலே
நல்ல முகம்மதியர் வேதத்திலே”
நாலாவது மார்க்கத்திலே
நபிகள் சொன்ன சரகின்படி
மானிலேயும் பெரிய மானு அறுபடாத மானுமென்னா?
மீனிலேயும் பெரிய மீனு அறுபடாத மீனுமென்னா?
மாவுலேயும் நல்ல மாவு இடிபடாத மாவுமென்ன?
இடிபடாத மாவானதை எந்தனுக்கு சொல்லும் மன்னா
சொன்னா உயிர் பிழைப்பாய்-மன்னா
சொல்லாவிட்டால் தலையறுப்பேன்....”

விடை:

“அந்த மொழி கேட்டதுடன்- நம்ம
அகமதிஷா திருமைந்தன்
கேளடீயே! ஞானவல்லி கிருபையுள்ள நூறு மசலா
எங்கள் நபிமார்க்கத்திலே
நல்ல முகம்மதியர் வேதத்திலே - அல்லா
நாலாவது மார்க்கத்திலே
நபிகள் சொன்ன சரகின்படி
மானிலேயும் பெரிய மானு- பெண்ணே
அறுபடாத மானானது-அல்லா
அறுபடாத மானானது-அது
ஈமானடி மெகர்பானே....
மீனிலேயும் பெரிய மீனு
அறுபடாத மீனானது-அது
ஆமீன் என்ற தாகுமே....
மாவுலேயும் நல்ல மாவு பெண்ணே
இடிபடாத மாவானது
ஐந்து நல்ல கலிமா பெண்ணே....
இதுதானா உன் கதைகள்
இந்த மன்னனுக்கு சொல்ல வந்தே.....”

மூன்றாம் நாள் மசலாவில்

வினா:

"மன்னாதி மன்னனே!
மகுடமுடி ராஜனே!
என்னை வெல்ல வந்த மன்னா
இருந்து நல்லா கேளு மன்னா
ஆதத்துடைய மக்களுக்கு
அல்லா படைத்தான் ஆறுவீடு
ஆறு வீட்டு பேரானதை
அறியும் படி சொல்லும் மன்னா
சொல்லும் மன்னா வெல்லும் மன்னா....."

விடை:

"அந்த மொழி கேட்டதுடன்
அந்த சிந்ததையுள்ள அப்பாஸ் அரசர்
கேளடியே! கிளிமொழியே!
கிருபையுள்ள நூறுமசலா-இந்த
ஆதத்துடைய மக்களுக்கு
அல்லா படைத்தான் ஆறுவீடு
முதல் வீடு தகப்பன் வீடு பெண்ணே
இரண்டாவது வீடு தாய் கருவு வீடு அல்லா
மூன்றாம் வீடு துன்யா வீடு
நான்காம் வீடு கப்ரூ வீடு
ஐந்தாம் வீடு கேள்வி வீடு
ஆறாம் வீடு சொர்க்கம் நரகம் வீடு...."

வினா:

"ஏய் மன்னா ......
நெத்திபடாத தொழுகை என்ன?
நேரமில்லா பாங்கும் என்ன?
கத்திபடாத கறியும் என்ன?
முள்ளும் இல்லாத மீனும் என்ன?
மன்னா
இதன் பொருளை விளக்கி சொல்லும் மன்னா..."

விடை:

“அடீ ஞானப்பெண்ணே!
நெத்திபடாத தொழுகை ஜனாசா தொழுகை
நேரமில்லாத பாங்கு மகப்பேறுகால வீட்டு பாங்கு
கத்திபடாத கறியானது பறவையிட்ட முட்டையாகும்
முள்ளு இல்லாத மீனானது பிஸ்மீன்...”

வினா:

“மரத்துக்குள்ளே பூப்பந்து- மன்னா
குடத்துக்குள்ளே காய் காய்க்கும்
காயாவது பழம் ஆனது-அது
கனிந்துதான் கீழே விழுந்தது
கனிந்து கீழே விழுந்துதான்-திகட்டாமல்
இனிக்கும் கனி,
அந்தக் கனி-மன்னா
அந்த எந்தக் கனி.....
எக்கனி என்று சொல்லும் மன்னா
சொல்லாவிட்டால் நான் கொல்வேன்....”

விடை:

“அடி ஞானப்பெண்ணே!
விளையாட்டுக் கதையைப்போட்டு
வெற்றி பெறவா நினைத்தாயடீ
மரத்திலே பூப்பூத்து
குடத்திலே காய்காய்த்து
காயாவது பழங்களாகி- கனியானதும்
கனிந்து கீழே விழுந்ததாம் அந்தக் கனி
உலகத்திலே தெகட்டாத பிள்ளைக்கனி....”

துணைநூற்பட்டியல்

தமிழ்நூல்கள்

1. மு.அப்துல் கறீம், இஸ்லாமும் தமிழும், கழக வெளியீடு, திருநெல்வேலி, *1982*,முதற்பதிப்பு

2. அப்துல் காதர் ஸாஹிபு, ஸைத்தூன் கிஸ்ஸா, ஹமீதியா பிரஸ்,சென்னை, *1984*, 11ம் பதிப்பு

3. அப்துற் றஹீம், அல் ஹதீஸ் பெருமானாரின் பொன் மொழிப்பேழை (மொ.ஆ), இரண்டாம் தொகுதி, யுனிவர்ஸல் பப்ளிஷர்ஸ், சென்னை, *1984*. நபிகள் நாயகம்,பப்ளிஷர்ஸ் அண்ட் புக் செல்லர்ஸ், சென்னை, *1980*, 9ம் பதிப்பு.

4. அப்துற் றஹீம், நபிமார்கள் வரலாறு, முதல்பாகம் மற்றும் இரண்டாம் பாகம், யுனிவர்ஸல் அன்ட் புக் செல்லர்ஸ், சென்னை, *1985*, இரண்டாம் பதிப்பு.

5. மு. அருணாசலம், தமிழ் இலக்கிய வரலாறு (16ம் நூற்றாண்டு), காந்தி வித்தியாலயம், சென்னை, *1976*, முதற்பதிப்பு

6. இரா.இளங்குமரன், சித்தர் பாடல்கள், கழக வெளியீடு, சென்னை, *1984*.

7. எம்.எம்.உவைஸ், தமிழ் இலக்கிய அரபுச்சொல் அகராதி, மதுரை காமராசர் பல்கலைக்கழகம், *1983*, முதல் பதிப்பு.

8. கன்னஹமது மகுதூம் முஹம்மது புலவர், நூறுமசலா, ஷாஹுல் ஹமீதியா பிரஸ், சென்னை, *1985*, சுத்தப்பதிப்பு:

9. ஆர்.பி.எம்.கனி, இஸ்லாமிய இலக்கிய கருவூலம், அருள் நூல்பதிப்பகம், தென்காசி,1964, முதல்பதிப்பு.

10. கா, சாகுஸ்ஹமீது, இஸ்லாம் சமயத்தில் புனித ஹஜ் யாத்திரை, மதுரை காமராஜர் பல்கலைக்கழக எம்ஃபில் ஆய்வேடு, 1985

11. ஸையித் இப்ராஹிம், இஸ்லாமும் அதன் உட்பிரிவுகளும், வளர்மதி பதிப்பகம், தென்னூர், திருச்சி, 1964, இரண்டாம் பதிப்பு.

12. (அ). இஸ்லாம் எப்படி பரவியது? வளர்மதி பதிப்பகம், தென்னூர், திருச்சி, 1979, முதற்பதிப்பு.

13. அ.ச.ஞானசம்பந்தன், இலக்கியக் கலை, கழகவெளியீடு, திருநெல்வேலி, 1981,மூன்றாம் பதிப்பு.

14. அ.லெ.நடராஜன், நபிகள் நாயகம் வாழ்க்கை வரலாறு, பாரிநிலையம், சென்னை, 1978, இரண்டாம்பதிப்பு.

15. க.நாராயணன், சித்தர் தத்துவம், தமிழ்புத்தகாலயம், புதுச்சேரி, 1988.

16. மணவை முஸ்தபா (தொ.ஆ), சிந்தைக்கினிய சீறா, மீரா பௌண்டேஷன் வெளியீடு, பாரிநிலையம், சென்னை, 1978, முதற்பதிப்பு.

17. கா.முகம்மது பாரூக்.(ப.ஆ), மெய்ஞ்ஞானி பீர்முகம்மது அப்பா இலக்கிய ஆய்வுக்கோவை, நன்னெறிபதிப்பகம், திருவிதாங்கோடு, கன்னியாகுமரி, 1976, முதற்பதிப்பு.

18. முஹமது ஜக்காரியா ஸாஹிப், அமல்களின் சிறப்புகள், கே.ஏ.நிஜாமுதின் மன்பயீ (மொ.ஆ), புஸ்தகஜீவா வெளியீடு, கோலாலாம்பூர், மலேசியா.

19. கா.ரஷீத் அலி, மதுரை தர்க்காக்களின் நடைமுறைகளும் விழாக்களும்., மதுரைகாமராஜர் பல்கலைக்கழக எம்ஃபில் ஆய்வேடு, 1984.

20. அ.விநாயகமூர்த்தி, மூலப்பாட ஆய்வியல், பாலமுருகன் பதிப்பகம்,மதுரை, 1978, முதற்பதிப்பு.

21. கா.ப.ஷெய்குத்தம்பி பாவலர்கள், குணங்குடி மஸ்தான் சாகிபு பாடல், பார்த்தசாரதி நாயுடு அன்டு சன்ஸ், சக்கரவர்த்தி பிரஸ், சென்னை, 1949

22. செய்யிது அஹ்மது முஈனுத்தீன் ஹபீபி, சூபிசம் பற்றிய கண்ணோட்டங்கள், ஷெய்கு அப்துல் அஜீஸ் ஸாகிபு(மொ.ஆ.)ஸலாமத் பப்ளிகேஷன்ஸ், நாகர்கோவில், 1968.

23. சையது அபுல் அஃலா மௌதூதி, வரலாற்று ஒளியில் இஸ்லாம், ஆத்தூரார்(மொ.ஆ.), இஸ்லாமிய நிறுவனம், இரண்டாம்பதிப்பு.

கலைக்களஞ்சியங்கள்:

அப்துற் றஹீம், இஸ்லாமியக் கலைக்களஞ்சியம், தொகுதி–1, யுனிவர்ஷல் பப்ளிஷர்ஸ் அன்ட் புக் செல்லர்ஸ், சென்னை, 1976, முதற்பதிப்பு.

இஸ்லாமிய கலைக்களஞ்சியம், தொகுதி–2,யுனிவர்சல் பப்ளிஷர்ஸ் அண்ட் புக் செல்லர்ஸ், சென்னை, 1977, முதற்பதிப்பு

இஸ்லாமிய கலைக்களஞ்சியம், தொகுதி–3, யுனிவர்சல் பப்ளிஷர்ஸ் அண்ட் புக் செல்லர்ஸ், சென்னை, 1979. முதற்பதிப்பு.

பிக்ஹின் கலைக்களஞ்சியம், குர்ஆனியா புக் டிப்போ, மதுரை, 1983, எட்டாம்பதிப்பு. கலைக்களஞ்சியம், தொகுதி–9, தமிழ் வளர்ச்சிக்கழகம், சென்னை.

மலர்:

எஸ்.எம்.சுலைமான்(தொ.ஆ), சமண, பௌத்த, கிருஸ்தவ, இஸ்லாமிய தமிழ் இலக்கிய கருத்தரங்கு மலர், மீரா அற நிறுவனம், சென்னை, 1985, முதற்பதிப்பு.

ஆங்கில நூல்கள்:

1. H.A.R.Gibb,Arabic literature an introduction,Oxford University Press, New York,Second Edition.

2. Martin Lings, What is Sufism, George Allen & Unwin Ltd., London, 1975, First Edition.
3. Philip Hitt, K., The Arabs (A Short History), Macmillan and Co.Ltd., Londor,1960, Forth Edition.
4. Thomas Patrick Hughes, Dictionary of Islam, Rupa Haroback publish, July 1885.

நூலில் இடம் பெற்றுள்ள அரபி, உருது சொற்களின் பொருள் அகராதி

அதாபு	:	தண்டனை
அமல்	:	செயற்பாடு
அல்லாஉஹ்	:	இறைவன்
அலிப்,மீம்	:	அரபு அரிச்சுவடியில் உள்ள முதல் இரண்டு எழுத்துக்கள் அவுலியா(ஒலி)
ஒலியுல்லா	:	இறைநேசச் செல்வர்
ஆகிர்	:	இறுதியானவன்
ஆகிறம்	:	மறுமை நாள்
ஆசித்	:	அமைதி
ஆதம்	:	முதல் மனிதன், முதல் நபி
ஆமீன்	:	அப்படியே ஆகுக
ஆயத்	:	குர்ஆனின் ஒரு வசனம்
இஸ்லாம்	:	இஸ்லாமிய மார்க்கம்
இசுறாயீல்	:	உயிரைக் கவர்ந்து செல்லும் வானவரின் பெயர்
இத்தா	:	கணவன் இறந்தவுடன் பெண்கள் நாற்பது நாட்கள் பிற ஆடவர் - கண்களில் படாது ஒதுங்கி வாழும் காலம்.
இபாதத்	:	வணக்கம்
இப்லீஸ்	:	சாத்தான்(சைத்தான்)

இமாம்	: தொழுகைக்கு தலைமை தாங்குபவர்
இன்ஸான்	: மனிதன்
இஷா	: இரவின் முதற்பகுதியில் இருள் சூழ்ந்தவுடன் நிறைவேற்றும் தொழுகை
ஈமான்	: இறை நம்பிக்கை
வபாத்	: மரணம்
உஸ்தாது	: ஆசிரியர்
கா:்பா	: மக்காவில் உள்ள பள்ளிவாசல். முஸ்லிம்களின் புனிதத்தலம்
கப்ரு	: இறந்தவரை அடக்கும் மண்ணறை
கபன்	: ஒரு முஸ்லிமின் உயிர் பிரிந்த பின்னர் நல்லடக்கத்திற்காக அணியப்படும் சாதாரண வெள்ளை நிற ஆடை
கல்:்ப்	: இதயம்
கலிபா	: அடுத்து வந்தவர். (முகமது நபிக்கு அடுத்து மதத்தலைமை தாங்கிய நால்வரை குறிக்கும் பெயர்)
கலிமா	: இஸ்லாத்தின் மூலமந்திரத்தைக் குறிக்கும்
காமில்	: பரிபூரணம்
கியாமத்	: இறுதித் தீர்ப்பு நாள்
காபீர்	: முஸ்லிம் அல்லாதார்
குரான்	: இஸ்லாமிய வேதநூல்
சகாபாக்கள்	: முகமதுநபியின் தோழர்கள்
சக்காத்	: கட்டாய நன்கொடை
சக்ராத்	: மனிதனின் உயிர் பிரியும் இறுதி நிலை
சஹர்	: நோன்பு காலத்தில் வைகறைக்கு சற்று முன்னர் உணவு உண்ணும் வேளை
சதக்கா	: தர்மம்
சந்தூக்கு (சந்தா)	: முஸ்லீம்களின் சடலத்தை நல்லடக்கம் செய்வதற்காக அதனை வைத்து

எடுத்துச் செல்லப்படும் பெட்டி போன்றதொன்றாகும்.

சரீஅத்(ஷரீஅத்) : இஸ்லாமிய மார்க்க சட்டம்

சரீபு : சிறப்பு

சரகு : இஸ்லாமிய தெய்வீக சட்டம்

சலாம் : அமைதியானவன்

சில் சிலத்து : மரபுவழி சங்கிலித்தொடர்

சுபஹானல்லாஉற் சுன்னத் : இறைவன் தூய்மையானவன்

சுன்னத் : மரபு (இறைத்தூதரால் பரிந்துரைக்கப்பட்ட நெறிகள்)

சுர்மா : கண்ணில் பூசும் ஒரு வகை மை

சூஃபி : இஸ்லாமியரின் மெய்ஞான மார்க்கத்தவர்

சைகு(செய்கு) : ஆன்மீக வழிகாட்டி அல்லாஉற் அக்பர் என முழக்கமிடுதல்

தக்பீர் : இறைநேசர்களின் அடக்கத்தலம்

தர்கா தரீக் : ஞானப்பாதை

தரிகத் : சூஃபி மார்க்கப் பிரிவுகளுள் ஒன்றுதல்

உறித் : இறைவனின் ஒன்றான தன்மை (ஏகத்துவம்)

தருஜாத் : நற்பலன்

தஸ்தகீர் : கரம்பிடித்து காப்பவர்

திக்ரு : இறைதியானம்

தீன் : இஸ்லாமிய மார்க்கநெறி

துஆ : பிரார்த்தனை

துன்யா : உலகம்

நபி : இறைத்தூதர்

நபீசு : ஆசை

நிய்யத் : எண்ணம் வைத்தல்

நூகூ : ஒரு நபியின் பெயர்

ஃபக்கீர் : இஸ்லாமிய இரவலர்

பயான் : விளக்கம்

பரக்கத்	:	இறையருள்
பனா	:	நிலையற்றது.
பாத்திஹா	:	ஆரம்பம். (குர்ஆனின் முதல் அத்தியாத்தின் பெயர்)
பாதுஷா	:	அரசர்
பாங்கு	:	தொழுகைக்கான அழைப்பொலி
பிஸ்மீன்	:	பெயரால்
பிஸ்மில்லாஹ்	:	அல்லாஹ்வின் பெயரால் பிஸ்மில்லா ஹிர்ரஹ்மான்
னிர்ரஹீம்	:	அளவற்ற அருளாலும் நிகரற்ற அன்புடையோனுமாகிய அல்லாஹ்வின் பெயரால்
புருகான்	:	குர்ஆனின் மற்றொரு பெயர்
ரூஹ்	:	உயிர்
மசலா	:	இஸ்லாமிய இலக்கிய வகை ஒன்றின் பெயர்
மதரஸா	:	மதக்கல்வி நிலையம்
மலக்கு	:	வானவர்
மவுத்து (மௌத்)	:	மரணம்
மவுலூது (மௌலூது	:	மதச்சான்றோர்களின் நினைவுக்கு பாடப்படும் புகழ்மாலை
மறுஹபா (மரஹபா)	:	பாராட்டு
மினரா	:	பள்ளிவாசலின் உயர்ந்த கோபுரம்
மஸ்ஜித் நபவி	:	மதினாவில் உள்ள பள்ளிவாசலின் பெயர்
மஃரிபத்	:	மெய்ஞானம்
மிஸ்க்கீன்	:	ஏழை
மினா	:	கனவு
முசாபர்	:	பயணம் செய்பவர்
முரீது	:	ஃபக்கீர்களின் உபதேச சடங்கின் பெயர்
முஹப்பத்	:	அன்பு
மூமின்	:	நம்பிக்கையாளன்

மையத்து	:	சடலம்
யா	:	விளிச்சொல்
யாமுகையத்தீனே	:	முகையத்தீனே என அழைத்தல்
வஹ் துல்	:	ஒருமை
ரஹீம்	:	அன்புடையோன்
ரஹ்மான்	:	அருளாளன்
ரகுமத்	:	அருள்
ரசூல்	:	தூதுவர்
ரப்பீப் (ராத்தீப்)	:	பாடுதல் (தியானம்)
ரமலான்	:	இஸ்லாமியர்கள் நோன்பு நோற்கும் மாதத்தின் பெயர்
ரிஷூக்கு	:	உணவு
ஜனாசா	:	உயிரற்ற சடலம்
ஜல்தி	:	விரைவு
ஜிப்ரீல்	:	நபிகள் நாயகம் (ஸல்) அவர்களுக்கு வஹி என்னும் தெய்வீக கட்டளைகளை அல்லாஹ்விடம் இருந்து கொண்டு வந்தருளிய தலைவன்
உறக்கன்	:	உண்மையானவன். (இறைவனின் திருப்பெயர்களுள் ஒன்று)
ஹகீகத்	:	உண்மை
ஹயாத்	:	உயிர்
ஹால்	:	நிலைமை
ஸல்	:	ஸல்லல்லாஹு அலைஹி வஸல்லும், அவர் மீது அல்லாஹ் அருள்பாவித்து சாந்தி பொழிவானாக என்பது பொருள்

★ ★ ★